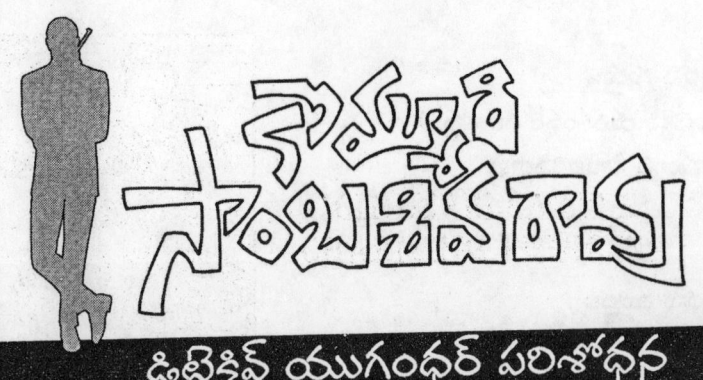

కొమ్మూరి సాంబశివరావు

డిటెక్టివ్ యుగంధర్ పరిశోధన

ఎర్రని గుర్తు

సాహితి

ఎర్రని గుర్తు
(డిటెక్టివ్ యుగంధర్ పరిశోధన)
కొమ్మూరి సాంబశివరావు

ప్రథమ ముద్రణ :
జనవరి, 2013
(1955 – 1965ల కాలం నాటిది)

మూల్యం : **40-00**

ప్రింటర్స్ :
గోపాలస్వామి ప్రింటర్స్, విజయవాడ-3.

ప్రచురణ :
సాహితి ప్రచురణలు
29-13-53, కాళేశ్వరరావు రోడ్డు
సూర్యారావుపేట, విజయవాడ –520 002
ఫోన్: 0866 2436643

ఎర్రని గుర్తు

"ఇదే యిల్లు" అన్నాడు డిటెక్టివ్ యుగంధర్ క్రిజ్లర్ కారు డ్రైవ్ చేస్తున్న రాజుతో. రాజు కారు గేటులోకి తిప్పాడు గేటుకి తగిలించి వున్న బోర్డు పరీక్షగా చూస్తూ. "ఎస్.భుజంగరావు, రిటైర్డ్ జడ్జి" అని వుంది బోర్డుమీద.

"రిటైర్డ్ జడ్జికి మనతో ఏం పనో?" నవ్వుతూ అంటూ రాజు కారు పోర్టికోలో ఆపాడు. ముందు యుగంధరూ, తర్వాత రాజు కారు దిగారు. మెట్లెక్కగానే పెద్ద వసారా, వసారాకి రెండు తలుపులున్నాయి. రెండూ హాల్లోకి వున్నాయి. చాలా పెద్ద హాలు, అంగుళమైనా నేల కనిపించకుండా తివాసీ, రెండు సోఫాసెట్లు, నాలుగు కుషన్డ్ కుర్చీలు, చిన్న చిన్న బల్లలు, వాటిమీద పూలతొట్టెలు, పెద్ద గోడ గడియారం. హాల్లో ఎవరూ లేరు. రాజు కాలింగ్‌బెల్ కోసం వెతుకుతున్నాడు. అంతలో పద్ధెనిమిదేళ్ళ యువతి హాల్లోకి వచ్చి, దబదబ తలుపు దగ్గరికి వెళ్లి "ఎవరు కావాలి?" అడిగింది.

"భుజంగరావుగారు" అన్నాడు యుగంధర్.

"మీపేరు?" అడిగింది.

"యుగంధర్. భుజంగరావుగారు నన్ను ఓసారి రమ్మని టెలిఫోన్ చేశారు" అన్నాడు యుగంధర్.

"అవును, తాతయ్య చెప్పారు మీరు వస్తారని, మీ ఆనవాలు తెలిపే..." అని చిన్నగా నవ్వి "వచ్చిన మనిషి యుగంధరేనని నిర్ధారణ చేసుకోమని తాతయ్య చెప్పాడు" అన్నది.

యుగంధర్ జేబులోంచి విజిటింగ్ కార్డు తీసి యిస్తూ "అంత జాగ్రత్త పడేవాళ్ళు హాల్లో ఎవరూ లేకుండా ఎందుకు చేశారు?" అడిగాడు.

"ఎవరూ వుండవలసిన అవసరంలేదు" అని తలుపుపక్క చూసింది. యుగంధరూ, రాజుకూడా చూశారు. నల్లని కుక్క చాలా పెద్దది, పెద్ద కొబ్బరికాయంత తల... తివాసీ మీద పడుకునున్నది.

"మమ్మల్ని చూసి అరవలేదేం?" అడిగాడు రాజు.

"అరవదు. హాల్లోకి వచ్చినా ఏం చెయ్యదు. మేడమెట్లు ఎక్కినా, లోపలికి వెళ్లబోయినా మీద పడుతుంది" అన్నది నవ్వుతూ.

ఆ అమ్మాయి ముందు, వెనక యుగంధరూ, తర్వాత రాజు హాల్లోంచి మెట్లవైపు వెళుతున్నారు. సోఫాల మధ్యనున్న బల్లమీద పూలసజ్జలో ఎర్రని గులాబీపువ్వులు గుత్తిగా వున్నాయి. రాజు ఒక పువ్వు తీసుకోబోయాడు. గుర్రుమంటూ ఆ కుక్క ఒక్క వురుకు వురికింది. రాజు చేతులమీద రెండు కాళ్ళూ వేసి పళ్ళు చూపించింది.

"టైగర్! వెళ్ళు!" అన్నదా యువతి. వెంటనే ఆ కుక్క వెనక్కి వెళ్ళి తన స్థానంలో పడుకున్నది. "ఎవరూ ఏదీ ముట్టుకోకూడదు. మేము లేనిదే దాసీదాన్ని కూడా యీ హాలు వూడవనివ్వదు" అన్నదా యువతి.

"ఎవరయినా ఏదయినా పెడితే తింటుందా?" అడిగాడు రాజు.

"ఊఁహు! ముట్టుకోదు."

మెట్లు ఎక్కారు. పెద్దహాలు. హాలుకి చెరోవైపున ఓ గది. కుడివైపునున్న గదిలోకి తీసుకువెళ్ళి "తాతయ్యా! డిటెక్టివ్ యుగంధర్ వచ్చారు" చెప్పింది ఆమె.

"రండి రండి! అలా కూర్చోండి" అన్నాడు భుజంగరావు. పడకకుర్చీలో పడుకుని పత్రిక చదువుతున్నాడు. యుగంధర్ చుట్టూ చూశాడు. విశాలమైన గది. తలుపుకి ఎదురుగా రెండు కిటికీలు. కిటికీలకి వూచలు. గదిలో తలుపుకి ఎడంవైపు యింకో తలుపున్నది. గది మధ్య మంచం, పక్కన బల్ల. బల్లమీద ఎలక్ట్రిక్ దీపం, టెలిఫోన్, పుస్తకాలు, కాగితాలు.

"ఆయన మీ అసిస్టెంటు రాజు కదూ! చాలాకాలం అయింది చూసి. పద్మా! కాఫీ పంపించు" అన్నాడు భుజంగరావు. ఆ యువతి తలవూపి వెళ్ళిపోయింది.

"నా మనుమరాలు, పద్మప్రియ. ఈ సంవత్సరమే బి.ఏ. పాసయింది. లా చదువుతాననంటోంది" అని చిన్నగా దగ్గి, చుట్ట వెలిగించి "మీరు బిజీగా వున్నారా?" అడిగాడు భుజంగరావు.

"అంత తొందర పనులేమీ లేవు."

"నాకు మీ సహాయం కావాలి. ఒక విషయం దర్యాప్తు చెయ్యాలి."

"చెప్పండి!" ప్రోత్సహించాడు యుగంధర్.

భుజంగరావు పడకకుర్చీలోంచి లేచి, బల్ల దగ్గిరికి వెళ్ళాడు. అయిదడుగుల ఆరు అంగుళాల పొడుగు, సన్నగా వున్నాడు. పూర్తిగా తెల్లబడిన వెంట్రుకలు పీచులా వున్నాయి తలమీద. దళసరి కళ్ళద్దాలు, తెల్లని పంచ, లాల్చీ

వేసుకున్నాడు. బల్లసొరుగు తెరిచి అందులోంచి ఒక పెద్ద కవరు తీసుకువచ్చి యుగంధర్‌కి ఎదురుగా కూర్చున్నాడు. ఆ కవరులోంచి ఒక చిన్న కవరు తీశాడు.

"మూడు నెలల క్రితం నాకు యీ కవరు పోస్టులో వచ్చింది" అన్నాడు భుజంగరావు ఆ కవరు యుగంధర్‌కి అందించి. కవరు ఒకవైపున చింపి వుంది. యుగంధర్ కవరులోంచి ఒక కాగితం బయటికి తీశాడు. రెండు అంగుళాల వెడల్పు, ఒకటిన్నర అంగుళం పొడుగు వున్న కాగితం అది. కాగితం మధ్య ఎఱ్ఱని సిరాతో ఎక్స్(X) గుర్తున్నది. చాలా చిన్నగుర్తు. ఇంకేమీ లేదు. యుగంధర్ ఆ కాగితం వెనక్కి తిప్పి చూశాడు. తెల్లగా వుంది. ఆ ఎక్స్ గుర్తు తప్ప యింకేమీ లేదు.

"మొదట యీ కవరు వచ్చింది" అన్నాడు భుజంగరావు. యుగంధర్ కవరు పరీక్ష చేశాడు. మౌంట్‌రోడ్ పోస్టాఫీస్‌లో పోస్ట్ చేసినట్లు ముద్ర వున్నది. "తర్వాత?" అడిగాడు.

"ఇంకో ఉత్తరం వచ్చింది. సరిగా వారంరోజుల తర్వాత" అన్నాడు భుజంగరావు ఇంకో కవరు అందిస్తూ. అదే సైజు కవరు, అందులో అదే సైజు కాగితం. కాని ఆ కాగితంమీద ఎఱ్ఱని ఎక్స్ గుర్తు యింకొంచెం పెద్దదిగా వుంది. అంతే తేడా.

"దీన్నికూడా మౌంట్‌రోడ్ పోస్టాఫీసులో పోస్టు చేశారు" అన్నాడు భుజంగరావు. యుగంధర్ ఆ కవర్లు, వాటిలో కాగితాలు అతని అసిస్టెంట్ రాజుకి అందించాడు.

"ఆ తర్వాత వరసగా వారానికి ఒకటి చొప్పున ఈ మూడూ వచ్చాయి" అని భుజంగరావు మరో మూడుకవర్లు యిచ్చాడు యుగంధర్‌కి. వాటిలో కాగితాలన్నీ జాగ్రత్తగా పరీక్ష చేశాడు. అన్నీ ఒకేరకమైన తెల్ల కాగితాలు. రెండు అంగుళాల పొడుగు, ఒకటిన్నర అంగుళం వెడల్పు, ఒక దానిమీద కన్నా యింకొకదానిమీద వరసక్రమంగా ఎఱ్ఱని గుర్తు పెద్దదిగా వుంది. అంతే తేడా. ఆఖరుదానిలో దాదాపు కాగితం అంతా నిండిపోయింది గుర్తు. "మీకేమయినా అర్థమవుతోందా?" అడిగాడు భుజంగరావు.

"ఎఱ్ఱని గుర్తుకి అపాయం వుందని అర్థం. వారం వారం ఆ గుర్తు పెద్దదవుతోంది కనుక అపాయం ఎక్కువ అవుతోంది అని అనుకోవాలి" అన్నాడు యుగంధర్.

భుజంగరావు తలవూపి "నేనూ అలాగే అనుకున్నాను. ఎటొచ్చీ నాకు అర్థం కానిదల్లా నా శ్రేయస్సు కోరే మనిషి యీ హెచ్చరిక పంపుతున్నాడా? లేక నన్ను బెదిరించదలచుకున్న మనిషా! మూడో కవరు వచ్చిన తర్వాత పోలీసులకి తెలియజేశాను" అన్నాడు.

అంతలో రెండు కప్పుల కాఫీ తీసుకుని పద్మప్రియ వచ్చింది.

కాఫీ తీసుకోమని యుగంధర్‌కీ, రాజుకీ చెప్పి "నువ్వు అలా కూర్చో" అన్నాడు భుజంగరావు మనుమరాలితో.

"పోలీసులేమన్నారు?" అడిగాడు యుగంధర్.

భుజంగరావు నవ్వాడు. "చాలా హడావిడి చేశారు. ఎంతయినా నేను రిటైర్డ్ జడ్జిని కదా! నాకెవరయినా శత్రువులున్నారా అని అడిగారు. ఒంటిగా నన్ను ఎక్కడికీ వెళ్ళవద్దని హెచ్చరించారు. నాలుగురోజులపాటు యింటివద్ద ఒక మఫ్టీ కానిస్టేబుల్‌ని కాపలా వుంచారు. ఎవరూ మా ఇంటిప్రాంతాలకి రాలేదు. నాకు హాని చేయడానికి ప్రయత్నించలేదు. ఎవడో పిచ్చివాడు ఆ కాగితాలు పంపుతున్నాడని నిశ్చయించారు" అన్నాడు.

"నిజంగా మీకు ఆపద వుందని మీరు ఎందుకు అనుకున్నారు?" అడిగాడు యుగంధర్.

భుజంగరావు ఆశ్చర్యంతో యుగంధర్‌ని చూసి "అది మీకెలా తెలుసు?" అడిగాడు.

"మీకు అటువంటి భయం లేకపోతే నన్ను ఎందుకు పిలుస్తారు?" అడిగాడు యుగంధర్.

భుజంగరావు నవ్వి "అంత సింపిల్‌గా తెలుసుకున్నారా! అవును. చెపుతాను వినండి. రెండురోజుల క్రితం ఆ ఆఖరు ఉత్తరం వచ్చింది. అందులో ఎర్రని ఎక్స్ గుర్తు పెద్దదిగా వుంది. అంటే అపాయం ఎక్కువైంది అని అర్థంగా! ఆ విషయం గురించే ఆలోచిస్తూ పడుకున్నాను. ఒంటిగంటకి టెలిఫోన్ మోగింది. మాట్లాడుతున్నది నేనేనని తెలుసుకున్న తర్వాత 'నీ అవసానదశ సమీపించింది. ఇక కొద్దిరోజులే!' అన్నాడు ఎవడో. నేను ఏమీ అనకముందే టెలిఫోన్ డిస్‌కనెక్ట్ చేసేశాడు. టెలిఫోన్ ఎక్స్ఛేంజ్‌కి ఫోన్ చెయ్యడం అనవసరం అని నాకు తెలుసు. ఆటోమేటిక్ ఎక్స్ఛేంజ్ కావడంవల్ల ఎక్కణ్నించి ఫోన్ చేసిందీ తెలియదు" అన్నాడు.

"టెలిఫోన్‌లో ఆ మాటలు అన్న మనిషి మొగవాడా? ఆడదా?"

"ఏమో! గొంతు మార్చి కీచు చేసి మాట్లాడారు."

"పోలీసులకి తెలియజేశారా?"

"చేశాను. వెంటనే పాపం అసిస్టెంట్ కమీషనర్ ఆఫ్ క్రైమ్స్ వచ్చాడు. ఇంట్లోకి ఎవరూ రాకుండా ఎలా కట్టుదిట్టాలు చెయ్యాలో చెప్పాడు. నా యింటికి వచ్చే టెలిఫోన్ కాల్స్ ఎక్కణ్నించి వచ్చేదీ రాసి వుంచమని టెలిఫోన్ ఎక్స్ఛేంజ్‌కి చెపుతానన్నాడు."

"అంతేనా?" అడిగాడు యుగంధర్.

"అసిస్టెంట్ కమీషనర్ అంతకన్నా ఏం చెయ్యగలడు? నిన్న మళ్ళీ టెలిఫోన్‌లో అదే మనిషి మాట్లాడాడు."

"ఏమని?" అడిగాడు యుగంధర్.

"ఎంతమంది పోలీసులు కాపలా కాసినా ప్రయోజనం లేదనీ, ఇంకో వారం రోజులలో నాకు చావు తప్పదనీ అన్నాడు."

"మీరు టెలిఫోన్ ఎక్స్ఛేంజ్‌కి ఫోన్ చెయ్యలేదా?"

"చేశాను. మౌంట్‌రోడ్ పబ్లిక్ ఫోన్ బూత్‌నించి వచ్చిందట ఆ టెలిఫోన్ కాల్. పోలీసులు వెళ్ళేటప్పటికి అక్కడ ఎవరూ లేరుట."

"తర్వాత?" అడిగాడు యుగంధర్.

"తర్వాత ఏం జరగలేదు. ఏం చేద్దామా అని ఆలోచించాను. పోలీసులు చాలా సమర్థులు. అందులో సందేహంలేదు. కాని నా విషయంలో వాళ్ళు ఏం చెయ్యగలరు? నిజంగా నన్ను ఎవరో హత్యచేస్తే అప్పుడు తప్పకుండా హంతకుణ్ని పట్టుకుంటారు. నేరాలు జరగకుండా ఆపడం కష్టం" అని చెక్కపెట్టెలోంచి కొరానా చుట్ట తీసి వెలిగించి, పొగ వొదిలి, "నాకు అరవై రెండేళ్ళు. భార్య పోయి చాలాకాలం అయింది. ఒక్కడే కొడుకుండేవాడు. వాడి కూతురే ఈ పద్మ. దాని దురదృష్టం, నా దురదృష్టం... వాడూ, నా కోడలూ కూడా కలకత్తా మెయిల్ ఆక్సిడెంట్‌లో మరణించారు. ఎలాగో పద్మకి చిన్నగాయంకూడా తగలలేదు. తండ్రీ తల్లితో అదీ ఆ పెట్టెలోనే ప్రయాణం చేసింది. ఈ దుర్ఘటన జరిగి పన్నెండేళ్ళయింది. అప్పట్నించీ పద్మ నా దగ్గరే పెరుగుతోంది" భుజంగరావు నిట్టూర్చి, "ఇక బతికి సాధించేదీ సాధించవలసినదీ ఏమీలేదు. రేపే నేను మరణించవలసి వచ్చినా చింతించను

అది భగవంతుడి నిర్ణయం అయితే. కాని ఎవరో నన్ను చంపుతానంటే సహించలేకుండా వున్నాను. భయంవల్ల కాదు, కోపం వల్ల. ఈ జీవితంలో నేను ఎవరికీ అపకారం చెయ్యలేదు. జడ్జిగా కూడా నా ధర్మం నేను నిర్వహించాను కాని ఒకళ్ళ ఒత్తిడి వల్లో, డబ్బుకి ఆశపడో వృత్తిధర్మం తోసిపుచ్చి అక్రమంగా ప్రవర్తించలేదు. అందుకే కోపంగా వుంది, నేను ఎవరికయినా అపకారం చేసి వుంటే ఆ మనిషి నా ముందుకి వచ్చి నువ్వు నాకు యీ అపకారం చేశావు అని చెపితే బావుండేది. అందుకే మిమ్మల్ని పిలిచాను. యుగంధర్‌గారూ! ఈ బెదిరింపు గుర్తులు ఎవడో పిచ్చివాడో, ఎవరో హాస్యానికో నాకు పంపుతున్నాడని నేను అనుకోవడం లేదు. నావల్ల, నాకు తెలియకుండానే ఎవరికో తీరని అపకారం జరిగివుండాలి. నేను బుద్ధిపూర్వకంగా అపకారం చేశానని ఆ మనిషి అనుకుంటూ వుండాలి. అందుకే అంత ద్వేషంతో నన్ను హతమార్చడానికి పూనుకున్నాడు. మీరు నా ప్రాణాన్ని రక్షించడంకన్నా ముఖ్యంగా చెయ్యవలసిన పనులు ఆ మనిషి ఎవరు, నావల్ల అతనికి ఏం అపకారం జరిగింది అని తెలుసుకోవడం. నాకు తెలియకుండానే నేను ఎవరికో అపకారం చేసివుంటే క్షమాపణ చెప్పుకుని వీలైనంతవరకూ నష్టపరిహారం యిస్తాను. దౌర్జన్యం ప్రదర్శించి ఆ మనిషి తన జీవితం నాశనం చేసుకోకుండా చూడాలి. అదే నేను మీనుంచి కోరేది" అన్నాడు భుజంగరావు.

యుగంధరు, రాజు భుజంగరావుని ఆశ్చర్యంతో చూశారు. ఎంత ఉదారస్వభావం! ఎంత లోతయిన మనిషి!

"ఆ విషయం అలావుంచి, మీకు ఆపద కలుగకుండా కొన్ని కట్టుదిట్టాలు చెయ్యనా ముందు" అన్నాడు యుగంధర్.

"అవును, ఆ విషయమే నేను తాతయ్యకి చెప్పాను. వింటేగా!" అన్నది పద్మప్రియ.

"చెయ్యండి! ఈ విషయంలో మీరు ప్రజ్ఞావంతులు. అనుభవం వున్నవారు. నేను కోరేదేమిటో చెప్పాను. ఎలా చెయ్యవలసినదీ మీకు నేను చెప్పే అర్హత లేదు" అన్నాడు భుజంగరావు.

"గుడ్! ఆ పని రాజుకి ఒప్పచెపుతాను. మీరు మీ గత జీవితంలోకి తొంగిచూడాలి. ముఖ్యంగా మీ వృత్తిగత జీవితంలోకి. సెషన్స్ కోర్టులో చాలాకాలం పనిచేశారు. మీరు విచారించి, తీర్పు చెప్పిన కేసులన్నీ జ్ఞాపకం చేసుకుని వెనక్కి తవ్వుకు వెళ్ళాలి" అన్నాడు యుగంధర్.

"అది సులభమే. నా దగ్గిర డైరీ వున్నది" అన్నాడు భుజంగరావు.

2

"వంటవాడు నారాయణ ఒక్కడే ఇంట్లో వుంటాడు. దాసీది పొద్దున్నొచ్చి సాయంకాలం వెళ్ళిపోతుంది. తోటమాలీ, డ్రైవరూ కూడా అంతే!" అన్నది పద్మప్రియ.

"ఈ వంటవాడు నారాయణ ఎంతకాలంనించీ మీ యింట్లో పనిచేస్తున్నాడు?" అడిగాడు రాజు.

"నేను పుట్టకముందునించీ..." అన్నది పద్మప్రియ నవ్వుతూ. నవ్వగానే రెండు బుగ్గలమీదా సొట్టలు పడ్డాయి.

"మీ గది కూడా మేడమీదేనా?"

"అవును. తాతయ్య గదిపక్కన వున్నది. ఈ కింది తలుపులు, కిటికీలు మూసేసి గడియలు పెడితే దొంగలు రావడం దుర్లభం."

"రాత్రిళ్ళు తలుపులు గడియలు పెట్టేది ఎవరు?"

"నారాయణ."

"ఈ కుక్క ఎక్కడ వుంటుంది?"

"హాల్లోనే."

"పగలు యీ వాకిలి తలుపు ముయ్యరా?"

"ఉహూ! ముయ్యము. కుక్క వుందిగా! ఎవరూ గుమ్మం దాటి లోపలికి రారు. వచ్చినా భయపడి వెనక్కి వెళ్లిపోతారు."

"పదండి! మేడ చూడాలి" అన్నాడు రాజు.

భుజంగరావు గది మినహా మేడమీద గదులు అన్నీ చూశాడు. "హాల్లోంచి వున్న మెట్లు తప్ప మేడమీదికి రావడానికి వేరే మార్గంలేదు" అన్నాడు చివరికి.

"అవును. ఈ గది బయట నీటిగొట్టం వుండేది. దాన్ని పట్టుకుని ఎవరైనా పైకి ఎక్కి వస్తారేమోనని యీమధ్య నేనే తీయించేశాను."

"మీ తాతగారికి వచ్చిన ఆ ఎర్రని గుర్తు వుత్తరాల గురించి మీకేమైనా తెలుసా?"

"తెలియదు."

"మీరూ, మీ తాతగారూ తరుచూ బయటికి వెళ్ళుతుంటారా?"

"తాతయ్య సామాన్యంగా బయటికి వెళ్ళడు. వారానికోసారి బీచికి వెళతాడు. ఎప్పుడయినా ఏదైనా మీటింగ్‌కి అధ్యక్షుడుగా పిలిస్తే వెళతాడు.

నేను రోజూ సాయంకాలం అయిదు గంటలకల్లా బయటికి వెళతాను కాలేజీ లేనపుడు. కాలేజీ వున్నపుడు పొద్దున్న తొమ్మిదిన్నరకెళ్ళి సాయంత్రం అయిదుగంటలకి వచ్చేదాన్ని."

"కాలేజీ లేనపుడు సాయంకాలాలెక్కడికి వెళతారు?"

"స్నేహితుల యింటికో, సినిమాకో, పార్కుకో, బజారుకో"

రాజు తలవూపాడు. "ఈ ఎర్రని గుర్తు హెచ్చరికలు పంపుతున్న మనిషిని పట్టుకునేంతవరకూ మీరు కొన్ని కట్టుదిట్టాలు చెయ్యాలి."

"ఏమిటి?"

"పగలు కూడా వాకిలి తలుపు మూసి, లోపల గడియ పెట్టాలి. వెనక తలుపుకూడా అంతే. అవసరమైనపుడు తలుపు తెరిచి వెంటనే మూసెయ్యాలి. ఎవరయినా తలుపు తట్టినా, కాలింగ్‌బెల్ నొక్కినా వెంటనే తలుపు తెరవకూడదు. కిటికీలోంచి ఎవరయినదీ చూసి తెలిసిన మనిషి అయితేనే తలుపు తియ్యాలి. డ్రైవర్‌కీ, దాసీ మనిషికీ, తోటమాలికీ కొత్తవాళ్ళని లోపలికి రానివ్వవద్దని చెప్పాలి."

"ఇంకా?"

"మీ తాతగారు బయటికి వెళ్ళకూడదు. మీటింగులకి కూడా వెళ్ళకూడదు. మీరుకూడా అలా తిరగకూడదు. జాగ్రత్తగా కాలేజికి వెళ్లి తిన్నగా యింటికి రావాలి."

"నేనెందుకు జాగ్రత్తపడడం?" అడిగింది పద్మ ఆశ్చర్యంతో.

"మీ తాతగారి మీద కసి తీర్చుకోవడానికి మీకు హాని చెయ్యవచ్చు. అందుకని అనుమానాస్పదంగా వుండే ఏ మనిషి వచ్చినా సరే వెంటనే మాకు టెలిఫోన్ చెయ్యాలి" చెప్పాడు రాజు.

పద్మప్రియ తలవూపి "మీరు చెప్పినట్లు చేస్తే తాతయ్యకి ఏ ఆపదా రాకుండా వుంటుందని హామీ యివ్వగలరా?" అడిగింది.

"అటువంటి హామీ యివ్వలేము. మీ తాతగారికి ఎటువంటి ఆపద రాకుండా మా ప్రయత్నం మేము చేస్తాము."

"ఇంతేనా, యింకా ఏమైనా సూచనలున్నాయా?"

"మీ యింటికి తరుచూ ఎవరెవరు వస్తుంటారు?"

"పొద్దున్న పాలవాడు, కూరలు అమ్మేమనిషి, వారానికోసారి చాకలాడు, నెలకోసారి ఎలక్ట్రిసిటీ ఆఫీసునుంచి మీటర్ చూడడానికి ఓ వుద్యోగి,

వెచ్చాలకొట్టు మనిషి, అప్పుడప్పుడు బ్యాంకు జవాను, రోజూ పోస్ట్‌మాన్" అన్నది పద్మ గుక్కతిప్పుకోకుండా.

రాజు నవ్వి "గుడ్! వీళ్లుకాక మీ స్నేహితులు, మీ తాతగారి స్నేహితులు?" అడిగాడు.

పద్మప్రియ చెక్కిళ్ళమీది లేతగులాబీ రంగు క్త ముదురయింది. "నా క్లాస్‌మేట్స్ పంకజం, సునీత తరుచూ వస్తూ వుంటారు. సునీత అన్న ద్వారకనాథ్ అప్పుడప్పుడు వస్తాడు. తాతయ్యకోసం ఎవరూ రారు."

"బంధువులు?"

"మాకు యీ వూళ్ళో బంధువులెవరూ లేరు."

"అంతే! నేను చెప్పిన విషయాలు జ్ఞాపకం వుంచుకోండి" అని రాజు భుజంగరావు గదిలోకి వెళ్లాడు.

"నీ పని అయిందా రాజూ! ఇక మనం వెళదాం" అన్నాడు యుగంధర్.

3

"చాలా కష్టమైన పని" అన్నాడు యుగంధర్.

రాజు భుజంగరావు యింటిగేటులోంచి కారు రోడ్‌మీదికి జాగ్రత్తగా తిప్పి "ఏమిటి?" అని అడిగాడు.

"భుజంగరావుని ఎవరు అలా బెదిరిస్తున్నదీ తెలుసుకోవడం. క్రిమినల్ లాయర్‌గా చాలాకాలం హైకోర్టులో ప్రాక్టీసు చేశాడు. తర్వాత జడ్జి అయ్యాడు. ఎంతమందినో విచారించి శిక్ష విధించాడు. వాళ్ళలో ఎవరైనా కసి పెట్టుకునుంటే తెలుసుకోవడం చాలా కష్టం."

"ఆ కేసులన్నీ తవ్వి వెతికితే!" అడిగాడు రాజు.

"అలా చేసినా ఏం తెలుస్తుంది! ఏం వూహించగలం! కోర్టులో శిక్ష విధించగానే ఎవరయినా బెదిరించారా అని అడిగితే లేదన్నాడు."

"పద్మప్రియకి చెప్పవలసినవన్నీ జాగ్రత్తగా చెప్పాను. తెలివైనది" అన్నాడు రాజు.

"భుజంగరావు జడ్జిగా వున్నప్పుడు అతను చెప్పిన తీర్పు నచ్చక ఎవరయినా కసి పెట్టుకుని వుంటే ఒక్క భుజంగరావు మీద మాత్రం కసి పెట్టుకోరు. ఆ కేసుకి సంబంధించిన అందరిమీదా కసి పెట్టుకుంటారు. కనుక అటువంటి ఎఱ్ఱని గుర్తు ఉత్తరాలు యింకెవరికైనా కూడా వచ్చేంతవరకూ ఓపికగా

కాచుకునుండాలి. అంతవరకూ భుజంగరావుని కాపాడాలి. నువ్వు కానీ, నేను కానీ ఆ యింట్లో అతన్ని కాపలాకాస్తూ వుండడానికి తీరిక వుండదు కనుక ఎవర్నయినా ఏర్పాటు చెయ్యి" అన్నాడు యుగంధర్.

"చంద్రుని పంపిస్తాను."

"గుడ్! కారు పోలీస్ కమీషనర్ ఆఫీసువైపు తిప్పి నన్ను అక్కడ దింపి నువ్వు చంద్రుని కలుసుకో!" అని యుగంధర్ చెప్పగానే రాజు క్రిజ్లర్ కారు కెనెమెరా హోటల్ పక్కనించి పోనిచ్చాడు.

యుగంధర్‌ని చూడగానే అసిస్టెంట్ కమిషనర్ కుర్చీలోంచి లేచి చెయ్యి అందించి "కూర్చోండి యుగంధర్! చాలాకాలం అయింది మీరు మా ఆఫీసుకి వచ్చి" అన్నాడు.

యుగంధర్ షేక్‌హ్యాండ్ యిచ్చి "అవును ఏదో పని వుంటే తప్ప రాబుద్ధి పుట్టదు. మిమ్మల్ని డిస్టర్బ్ చెయ్యడం దేనికని రాను. ఈవేళ రిటైర్డ్ జడ్జి భుజంగరావుగారిని కలుసుకున్నాను" అన్నాడు.

"ఆయన మిమ్మల్ని పిలిపించారా?" అడిగాడు అసిస్టెంట్ కమిషనర్.

"అవును. ఆ ఎర్ర గుర్తు ఉత్తరాల గురించి మీరు కొంత దర్యాప్తు చేశారుటగా. ఆ వివరాలు తెలుసుకుందామని వచ్చాను."

"వివరాలు ఏమీలేవు. సామాన్యమైన పోస్టల్ కవర్. ఏ పోస్టాఫీస్‌లోనైనా కొనవచ్చు. కాయితమూ ఏ కొట్లోనయినా దొరుకుతుంది. సిరాలోకానీ, కలంలోకానీ ప్రత్యేకత ఏమీ లేదు. ఎక్కడా వేలిముద్రలు లేవు."

"కవరుమీద దస్తూరీ?"

"ఎవరిదో తెలీదు."

యుగంధర్ తలవూపాడు. "ఇలాంటి ఎర్రని గుర్తు బెదిరింపు ఉత్తరాలు మరెవరికైనా వచ్చాయా?" అడిగాడు.

"మాకు కంప్లయింట్ రాలేదు."

"మద్రాసు నగరంలో వుండే మనిషేకాక, యింకో వూరిలో వున్న ఏ మనిషికో వచ్చివుండవచ్చు. స్థానిక పోలీసులకి రిపోర్ట్ ఇచ్చి వుండవచ్చు ఆ మనిషి. భుజంగరావుగారు జడ్జిగా వున్నప్పుడు ఆయన చెప్పిన తీర్పు కారణంగా ఎవరికో ఆయనమీద కసి కలిగి వుంటే ఆయన ఒక్కరిమీదే కాక ఆ కేసులో పాల్గొన్న మిగతావాళ్ళ మీద కసి వుంటుంది. కనుక దయచేసి ఒక సర్క్యులర్ పంపండి."

"ఔను. మీరు చెప్పినదానిలో అర్థం లేకపోలేదు. ఈ వేళే సర్క్యులర్ పంపిస్తాను. ఈ కేసుని మీరు తీసుకున్నారనగానే, నా మనసు కుదుటపడింది. భుజంగరావుగారికి హాని జరుగకుండా మీరు చూస్తారని నాకు తెలుసు."

యుగంధర్ నవ్వి, "వస్తాను. ఈ కేసు స్వయంగా మీరే చూస్తున్నారా?" అడిగాడు.

"ఔను! నా పర్యవేక్షణ క్రిందే వుంది. డిటెక్టివ్ ఇన్‌స్పెక్టర్ స్వరాజ్యరావు ఇన్‌ఛార్జి, మీ మిత్రుడేగా!" అన్నాడు కమిషనర్.

4

టెలిఫోన్ గణగణ మోగింది. రివాల్వింగ్ కుర్చీలో పడుకుని ఏదో పుస్తకం చదువుకుంటున్న యుగంధర్ రిసీవర్ తీసుకుని, "హల్లో!" అన్నాడు.

"యుగంధర్‌గారా?"

"ఔను."

"నేను భుజంగరావుని. మళ్ళీ వో కవరు వచ్చింది."

"ఏమున్నది దాంట్లో?"

"అలాటి కాయితమే. ఈసారి కాయితం నిండుగా నాలుగుమూలలూ కలుపుతూ ఎర్రని X గుర్తున్నది. అంటే ఆఖరిది అయివుండాలి" అన్నాడు భుజంగరావు.

"అయ్యుండవచ్చు. మీరు కంగారుపడకండి. చంద్రూ అనే అతను వచ్చాడా?"

"వచ్చాడు. నా గదిలోనే వున్నాడు."

"గుడ్! మీ గదిలోనే వుండనివ్వండి."

"ఏమైనా తెలిసిందా?"

"లేదు."

"రేపట్నించి పద్మ కాలేజికి వెళుతుంది."

"లా కాలేజీకా? వెళ్ళనీయండి."

"నామీద వీలుకాకపోతే పద్మమీద కసి తీర్చుకోవచ్చునని మీ అసిస్టెంట్ రాజు చెప్పాడుట."

"ఆ! కారులో వెళ్ళి కారులో వస్తుందిగా! జాగ్రత్తగా వుండమనీ, ఇంటినించి బయలుదేరిన తర్వాత కాలేజీకి చేరుకునేటంతవరకూ ఎక్కడా ఆపవద్దనీ డ్రైవర్‌కి చెప్పండి. పద్మనికూడా జాగ్రత్తగా వుండమని చెప్పండి."

"దానికి ఏదయినా ఆపద కలిగితే నేను భరించలేను" అన్నాడు భుజంగరావు.

యుగంధర్‌కి ఏం చెప్పాలో తోచలేదు. "అయితే పద్మ ఇంట్లోంచి కదలకూడదు. మిమ్మల్ని బెదిరిస్తున్న మనిషి ఎవరో, ఎందుకు బెదిరిస్తున్నాడో తెలిసేటంత వరకూ మీరూ, పద్మా ఇంట్లోంచి కదలడం మంచిదికాదు."

"పద్మకి నచ్చచెపుతాను. వినకపోతే ఏం చేస్తాను?" అని భుజంగరావు టెలిఫోన్ పెట్టేశాడు.

యుగంధర్ రాజుని పిలిచాడు. పక్కగదిలో కూర్చున్న రాజు రాగానే భుంజగరావుకి వచ్చిన మరో ఎర్రని గుర్తు ఉత్తరం గూర్చి చెప్పి "రాత్రిపూట భుజంగరావుకి కాపలా వుండేందుకు ఇంకో మనిషిని పంపించాలి. ఆ ఏర్పాటు చెయ్యి" అన్నాడు.

"భుజంగరావుకి కాపలా మనుష్యులను ఏర్పాటు చెయ్యడం తప్ప మనం యింకేమీ చేస్తున్నట్లు లేదే!" అన్నాడు రాజు.

యుగంధర్ నవ్వి "సులభంగా తేలే కేసు కాదు ఇది. ఆ ఎర్రని గుర్తు వుత్తరాలు పంపుతున్న మనిషి ఏదో ఒక ప్రయత్నం చెయ్యాలిగా! కాచుకుందాం" అన్నాడు.

భుజంగరావుకి రాత్రిళ్ళు కాపలాకి మనిషిని ఏర్పాటు చెయ్యడానికి రాజు వెళ్ళిపోయాడు. యుగంధర్ మళ్ళీ చదువుకోవడం ప్రారంభించాడు. చీకటి పడింది. బల్లమీది దీపం వెలిగించాడు. కొద్దిసేపటికి రాజు వచ్చి యుగంధర్ దీక్షగా చదువుతుండడం గమనించి తన గదిలోకి వెళ్ళిపోయాడు. తొమ్మిది గంటలవుతోంది. యుగంధర్ని భోజనానికి పిలుద్దామని యుగంధర్ వున్న గదిలోకి వెళ్ళాడు రాజు. సరిగ్గా ఆ సమయానికి టెలిఫోన్ చెవులు చిల్లులు పడేటట్లు గణగణ మోగింది. రాజు రిసీవర్ అందుకున్నాడు. క్షణం తర్వాత యుగంధర్‌కి రిసీవర్ యిస్తూ "అసిస్టెంట్ కమీషనర్ చాలా హడావిడిగా వున్నాడు. ఏదో జరిగింది" అన్నాడు.

అయిదు నిమిషాలు యుగంధర్ టెలిఫోన్‌లో అసిస్టెంట్ కమీషనర్ చెప్పినది విని "యస్, వెంటనే బయలుదేరి వెళుతున్నాను" అన్నాడు రిసీవర్ పెట్టేస్తూ.

"ఏమిటి సార్!" అన్నాడు రాజు.

"రిటైర్డ్ సూపరింటెండెంట్ ఆఫ్ పోలీస్ హత్య చెయ్యబడ్డాడు" అన్నాడు యుగంధర్ కోటు వేసుకుంటూ.

"అయితే?" అడిగాడు రాజు.

"అతని చేతిలో ఎర్రని గుర్తున్న కాగితం వున్నదిట."

"మనం అనుకున్న మనిషిని కాక..." అంటున్నాడు రాజు, అతని మాటకి అడ్డం వచ్చి "పద" అన్నాడు యుగంధర్.

5

సి.ఐ.టి. నగర్లో విడిగా వున్న ఒక చిన్నఇల్లు. ఆ ఇంటిముందు ఒక పోలీస్ వాన్, ఒక జీపు, ఒక మోటార్‌సైకిలూ వున్నాయి. అయిదుగురు పోలీస్ కానిస్టేబుల్స్ గేటుదగ్గిర నిలుచున్నారు. చుట్టుపక్కల ఇళ్ళల్లో వున్న వాళ్ళందరూ ఆ ఇంటివైపు చూస్తున్నారు. కొందరు ధైర్యంచేసి ఆ ఇంటిగేటు దగ్గిరికి వెళ్ళి గుంపుగా నిలబడ్డారు. పోలీసులు వాళ్ళని వెళ్లిపొమ్మని గదమాయిస్తున్నారు. రాజు క్రిజ్లర్ కారు పోలీస్ వాన్ వెనక ఆపాడు. యుగంధర్ని చూడగానే గేటు దగ్గిర వున్న హెడ్‌కానిస్టేబుల్ గుర్తుపట్టి సెల్యూట్ చేశాడు.

హాల్లో అసిస్టెంటు కమీషనర్, డిటెక్టివ్ ఇన్‌స్పెక్టర్ స్వరాజ్యరావు, సార్జంటు శివం నిలుచున్నారు. లోపల్నించి ఆడవాళ్ళ ఏడుపులు వినపడుతున్నాయి.

"పోలీస్ సర్జన్ శవాన్ని పరీక్ష చేస్తున్నాడు. నేను ఇప్పుడే వచ్చాను" అన్నాడు అసిస్టెంట్ కమిషనర్.

"ఎర్రని గుర్తు అన్నారు టెలిఫోన్‌లో!"

అసిస్టెంట్ కమీషనర్ ఇన్‌స్పెక్టర్ స్వరాజ్యరావుని చూసి చెప్పమన్నాడు.

"రిటైర్డ్ పోలీస్ సూపరింటెండెంట్ మాధవన్ ఆ పక్కగదిలో పడకకుర్చీలో పడుకుని సాయంకాలం వచ్చిన దినపత్రిక చదువుకుంటున్నారట. ఎనిమిదిన్నరకి ఆయన కుమార్తె భోజనానికి రమ్మని పిలవటానికి గదిలోకి వెళ్లిందట. పిలిస్తే పలకలేదుట. దగ్గిరకి వెళ్ళింది. కుర్చీ వీపు తలుపువైపు వుండడం వల్ల చూడలేదు. దగ్గిరకి వెళ్ళి, ముందుకు వొంగి చూసిందిట. తల ఛాతీమీద వాలిపోయింది. ఛాతీమీదనించి, పొట్టమీదినించి వొళ్ళోకి రక్తం కారి రక్తంతో తడిసిపోయాయిట బట్టలు. కెవ్వున కేకపెట్టింది. మాధవన్ కొడుకు, కోడలు, భార్య పరిగెత్తుకు వచ్చారు. అప్పటికే మాధవన్ మరణించారు. వెంటనే కంట్రోల్ రూంకి ఫోన్‌చేశారు. నేను వచ్చాను.

మాధవన్ చెయ్యి మూసుకుని వుంది. వేళ్ళమధ్య ఓ కాగితం కనిపించింది. జాగ్రత్తగా ఆ కాగితం తీశాను. అదే ఇది" అని ఇన్‌స్పెక్టర్ స్వరాజ్యరావు రెండు అంగుళాల పొడుగు, ఒకటిన్నర అంగుళం వెడల్పు వున్న తెల్లకాగితం యుగంధర్‌కి ఇచ్చాడు. దానిమీద ఎర్రనిగుర్తు నిండుగా వుంది. "ఈ కాగితం చూడగానే అసిస్టెంట్ కమీషనర్‌కి టెలిఫోన్ చేశాను" అన్నాడు.

"హత్య గురించి యింకేమీ వివరాలు తెలియలేదా?" అడిగాడు యుగంధర్.

"టైం ఏదీ! వాళ్లంతా దుఃఖంలో వున్నారు. జవాబులు చెప్పేస్థితిలో లేరు."

"యుగంధర్! మీ అనుమానం నిజమైంది. ఎవడో కసిపెట్టుకుని చేశాడు యీ పని. రిటైర్డ్ పోలీసు సూపరింటెండెంట్‌ని హత్య చెయ్య ప్రయత్నించిన వాడు, ఏదో నేరం చేసి జైలుకు వెళ్లి ఇప్పుడే బయటికి వచ్చినవాడయి వుండాలి" అన్నాడు కమీషనర్.

"పాత కేసులు తిప్పితే భుజంగరావుగారు జడ్జీగా వున్నపుడు మాధవన్ దర్యాప్తుచేసి సెషన్సుకి పంపిన కేసు ఏదో, నేరస్థుడు ఎవడో సులభంగా తెలుస్తుంది" అన్నాడు స్వరాజ్యరావు.

"ఏమో! మాధవన్ సర్వీస్‌లో ఎన్ని కేసులో దర్యాప్తుచేసి ఎంతమంది మీదో నేరారోపణ చేశాడు. భుజంగరావు ఎంతమందికో శిక్ష వేశాడు. సులభంగా తెలుస్తుందా" అన్నాడు కమీషనర్. అంతలో పోలీస్ సర్జన్ గదిలోంచి బయటికి వచ్చాడు.

"నేను చెప్పగలిగింది అట్టే లేదు. ప్రాణంపోయి గంటయినా కాలేదు" అని చేతిగడియారం చూసుకుని "ఇప్పుడు తొమ్మిదిన్నరయింది. అంటే ఎనిమిది గంటల ముప్ఫయి నిమిషాల తర్వాత ప్రాణంపోయి వుండాలి. కత్తిమొన సరిగ్గా గుండెలో గుచ్చుకుంది. కత్తి పొడుచుకున్న ఒకటి రెండు క్షణాలలో ప్రాణంపోయి వుండాలి. బాగా దగ్గిర్నించి బలంగా పొడిచి వుండాలి. వెంటనే కత్తి తీసేసి ఉండడంవల్ల అంత రక్తం కారింది" అన్నాడు సర్జన్.

"పొడిచిన ఒకటి రెండు క్షణాలలో ప్రాణం పోయి వుండాలన్నారు. ఆ లోపల అరిచి వుండడా?" అడిగాడు ఇన్‌స్పెక్టర్.

"అరవడానికి ప్రయత్నం చేసి వుండవచ్చు. కాని గొంతులోంచి సన్నని మూలుగు మాత్రం వచ్చివుంటుంది. కత్తి కనీసం ఆరు అంగుళాల పొడుగు వుండివుండాలి" అన్నాడు సర్జన్.

"డాక్టర్! హతుడు కిటికీకి ఎదురుగా పడకకుర్చీలో పడుకున్నాడు. కిటికీ ఆవల నిలబడి, ఊచల మధ్యనించి చెయ్యిజాపి పొడిచి వుండవచ్చా?" అడిగాడు ఇన్‌స్పెక్టర్.

డాక్టర్ తల విదిలించాడు. "హతుడు బలహీనుడు కాడు. అంత దూరాన్నించి కత్తితో చెయ్యి లోపలపెడితే ఎదురుగా కూర్చున్న మాధవన్ చూసి చెయ్యి పట్టుకునేవాడు, పక్కకి జరిగేవాడు. అంతే కాదు, కిటికీ అవతలనుంచి అంత బలంగా కత్తితో పొడవడం సాధ్యం కాదు. కత్తిపైనించి బాగా కిందికి గుండెలోకి దిగింది. అంటే హతుడు పడకకుర్చీలో పడుకునుండగా హంతకుడు దగ్గరగా నిలబడి పొడిచి వుండాలి" అన్నాడు.

"థాంక్స్! మా పని పూర్తి అయిన తర్వాత మార్చురీకి పంపిస్తాము శవాన్ని" అన్నాడు ఇన్‌స్పెక్టర్.

డాక్టర్ తలవూపి వెళ్ళిపోయాడు.

"యుగంధర్! రండి" అన్నాడు ఇన్‌స్పెక్టర్ స్వరాజ్యరావు. యుగంధరూ, రాజు స్వరాజ్యరావుతో కుడివైపునున్న గదిలోకి వెళ్లారు.

గోడకి ఆనించి మంచం, మంచం పక్కన ఒక చిన్నబల్ల. బల్లమీద పత్రికలు, కూజా, గ్లాసు. మంచానికి కొంచెం దూరంలో కిటికీకి ఎదురుగా పడకకుర్చీ, కుర్చీ వెనకన గోడకి మేకుకు తగిలించి ఎలక్ట్రిక్ దీపం. కిటికీ తలుపులు తెరచి వున్నాయి. అడ్డంగా వున్నాయి వూచలు. పడకకుర్చీ ముందుకి వెళ్ళి నిలబడ్డాడు యుగంధర్. ఎన్నో హత్యలు, ఎంతో రక్తం, ఎన్నో భీకరదృశ్యాలు చూసిన యుగంధర్ కళ్ళే చెదిరిపోయాయి. షర్టు, పంచ రక్తంతో ఎర్రగా తడిశాయి. మొహమంతా ఎర్రగా వుంది.

"తల ఛాతీమీదికి వాలిపోవడంవల్ల ఛాతీమీది రక్తం మొహానికి అంటింది. అంతే" అన్నాడు ఇన్‌స్పెక్టర్.

యుగంధర్ తల ఊపాడు. "ఇన్‌స్పెక్టర్! సర్జన్ చెప్పింది కరెక్టు. కిటికీ ఊచల్లోంచి పొడిచి వుండడానికి వీలులేదు. అడ్డంగా వున్న ఊచలు అవి. ఎవరో యీ గదిలోకి వచ్చి వుండాలి. కనుక యింట్లోవాళ్ళని అడిగి తెలుసుకోవడం మంచిది" అన్నాడు.

సార్జంట్‌ని చూసి స్వరాజ్యరావు సంజ్ఞ చేశాడు. సార్జంట్ వెళ్ళిపోయాడు. అసిస్టెంట్ కమిషనర్ కూడా హత్య జరిగిన గదిలోకి వచ్చాడు.

"భుజంగరావుకి వచ్చినట్లు మాధవన్‌కి కూడా యింతకుముందు ఎర్రని గుర్తు కాగితాలు వచ్చాయేమో!" అన్నాడు యుగంధర్.

"వచ్చివుంటే రిపోర్ట్‌చేసి వుండేవాడు" అన్నాడు ఎ.సి.

"ఏమో! పోలీసు సూపరింటెండెంట్ కదూ! ఇలాటి బెదిరింపులు ఎన్ని చూశాడో! ఖాతరు చేసి వుండకపోవచ్చు" అని యుగంధర్ అంటుండగా ఓ ముప్ఫయి అయిదేళ్ళతను, సార్జంట్ శివం గదిలోకి వచ్చారు. "ఈయన మహదేవన్. మాధవన్‌గారి కుమారుడు" చెప్పాడు సార్జంట్. మహదేవన్ పడకకుర్చీవైపే చూస్తున్నాడు. కళ్ళు ఎర్రగా వున్నాయి. మొహం పీక్కుపోయింది.

"రండి, హాల్లోకి వెళదాం" అన్నాడు యుగంధర్.

యుగంధర్ మాటలు అతను వినలేదు. కళ్ళు అప్పగించి తండ్రి శవాన్ని చూస్తున్నాడు.

"ప్లీజ్! కమాన్!" అని యుగంధర్ అతని చెయ్యిపట్టుకుని హాల్లోకి లాక్కెళ్ళాడు. సార్జంట్ తప్ప తతిమ్మా అందరూ వాళ్ల వెనకే హాల్లోకి వెళ్ళారు.

"ఈ ఘోరం ఎలా జరిగింది?" అడిగాడు యుగంధర్.

"మాకేమీ తెలియదు" అన్నాడతను.

"ఏమీ తెలియదంటే ఎలా చెప్పండి! మీ నాన్నగారిని హత్య చేసిన మనిషిని పట్టుకోవద్దూ! మీరు యింటికి ఎన్నిగంటలకి వచ్చారు?"

"సాయంకాలం అయిదుగంటలకి వచ్చాను ఆఫీసునుంచి."

"మీ నాన్నగార్ని చూసి మాట్లాడారా?"

"ఆ! తన గదిలోనే వున్నారు. నీళ్ళ పంపు చెడిపోయిందనీ, రిపేర్ చెయ్యడానికి మనిషిని పిలిపించాలనీ చెప్పారు."

"తర్వాత?"

"నేను నా గదిలోకి వెళ్ళాను. స్నానం చేసి ఆఫీసు కాగితాలు చూసుకుంటున్నాను."

"ఇంట్లో ఎవరెవరున్నారు?"

"నా భార్య, నా చెల్లెలు, మా అమ్మ, నా పిల్లలు యిద్దరు."

"వాళ్లంతా ఎక్కడున్నారో కనుక్కున్నారా?'

"కనుక్కున్నాను. అమ్మకి వొంట్లో బాగాలేదు. వంట ఇంటి పక్కన వసారాలో పడుకునున్నది. నా భార్య వంటచేస్తోంది. నా చెల్లెలు చదువుకుంటోంది తన గదిలో."

"పిల్లలు?"

"ఆడుకుంటున్నారు."

"ఎక్కడ?"

"తెలియదు."

"మీ నాన్నగార్ని మీ చెల్లెలు చూసిందా?"

"చూసింది. నా భార్య కంచాలు పెట్టి నాన్నగార్ని పిలవమంటే నా చెల్లెలు వెళ్లింది పిలవడానికి. అప్పుడు చూసింది."

"మిస్టర్ మహదేవన్! ఇంట్లోకి ఎవరో వచ్చి, మీ నాన్నగారి గదిలోకి వెళ్లి ఆయన్ని కత్తితో పొడిచారు. కనుక ఆ వచ్చిన మనిషిని ఎవరయినా చూశారేమో మీ వాళ్ళని అడగాలి."

"అడగండి. వెళ్ళండి, ఆ గదిలో కూర్చుని ఏడుస్తున్నారు" అన్నాడతను.

యుగంధర్ ఆ గదిలోకి వెళ్ళాడు. ముగ్గురు స్త్రీలు వెక్కి వెక్కి ఏడుస్తున్నారు. పెద్దవాళ్ళు యేడుస్తుంటే యిద్దరు చిన్నపిల్లలూ గుక్కపెట్టి ఏడుస్తున్నారు. రెండేళ్ళ పిల్లవాడు, నాలుగేళ్ళ పిల్ల.

యుగంధర్‌ని చూడగానే పమిటలు సర్దుకుని లేచి నిలబడ్డారు ఆ ముగ్గురు స్త్రీలు.

"క్షమించండమ్మా!" అని యుగంధర్ తను అడగవలసిన ప్రశ్నలు అడిగాడు.

"మేము హాల్లోకి వెళ్ళలేదు. ఎవర్నీ చూడలేదు" అన్నారు ముగ్గురూ.

"పిల్లలు ఎక్కడ ఆడుకుంటున్నారు?" అడిగాడు యుగంధర్.

"వీడు నాతో వంట ఇంట్లోనే వున్నాడు. అదీ రాధ ఎక్కడో ఆడుకుంటోంది" అని మహదేవన్ భార్య ఆ నాలుగేళ్ళ పిల్లవైపు చూపి "తాత గదిలోకి ఎవరయినా వెళ్లడం నువ్వు చూశావా?" అడిగింది.

ఏడ్చి ఏడ్చి ఎర్రగా వున్న కళ్ళల్లో నీళ్ళు నిండాయి ఆ పసిపిల్లకి. లేదన్నట్టు తల విదిలించింది.

"నేనడుగుతానుండండి" అని యుగంధర్ ఆ పిల్లని ఎత్తుకున్నాడు.

బిక్కమొహంతో యుగంధర్‌ని చూసింది రాధ.

"నీ పేరేమిటి? రాధా! నువ్వు ఎక్కడ ఆడుకున్నావు?" అడిగాడు.

యుగంధర్ గొంతులో వుండే గాంభీర్యం లేదు. లాలన, పసిపిల్లల్ని యిట్టే చనువు చేసుకునే మాధుర్యం ధ్వనించాయి.

"అక్కడ" అన్నది రాధ హాలువైపు చూపించి.

"ఎక్కడో చూపించు" అని హాల్లోకి ఎత్తుకువెళ్ళాడు యుగంధర్. హాల్లో తలుపుపక్కన రెండు లక్కపిడతలు, చీపురుపుల్లలు, రెండు చిన్న రాళ్ళు వున్నాయి.

"వంట వండుతున్నావా ఏమిటి?"

"లేదు. ఐస్క్రీం" అన్నది రాధ.

"నాకు కొంచెం పెడతావా?"

"లేదు. తమ్ముడికి పెట్టేశాను" అన్నది అమాయకంగా.

"పోనీలే. నువ్వు ఆడుకుంటూంటే తాతగారు పిలిచారా నిన్ను?"

"లేదే!"

"ఎవరో వచ్చారే... వచ్చి ఏంచేశాడు? నిన్ను అన్నం పెట్టమని అడిగాడా?"

"లేదే!"

"ఏం చేశాడు?"

"ఆ గదిలోకి వెళ్లాడు" అన్నది హత్య జరిగిన గది చిన్నవేళ్ళతో చూపిస్తూ.

"మీ తాత నిన్ను పిలిచారా?"

"లేదే!"

"అతను మళ్లా వెళ్ళిపోయాడా?"

"నేను లేనుగా! అమ్మ దగ్గరికి వెళ్ళాను."

"అతనెలా వున్నాడు?"

"నల్లగా వున్నాడు."

"పొడుగ్గా వున్నాడా?"

"ఆ!"

"నా అంత పొడుగున్నాడా?" అని యుగంధర్ రాధని కిందికి దింపాడు. తల పైకెత్తి చూసి తలవూపింది రాధ. రాజుని పిలిచి ఆ అమ్మాయి ముందు నిలుచోమని "అంత పొడుగున్నాడా?" అని మళ్ళీ అడిగాడు.

"ఆ!" అన్నది.

"బంగారుకొండవి. మొహం బాగా జ్ఞాపకం వుంచుకో! నీకు ఓ ఫోటో చూపిస్తాను" అన్నాడు యుగంధర్.

తలవూపింది రాధ. ఎత్తుకుని లోపలికి తీసికెళ్ళి దింపి హాల్లోకి తిరిగి వచ్చాడు యుగంధర్. "హంతకుడి ఫోటో చూపిస్తే రాధ గుర్తుపట్టే అవకాశం వుంది" అన్నాడు.

"అయితే మన రోగ్స్ గాలరీకి తీసుకువెళితే?" అన్నాడు ఇన్‌స్పెక్టర్.

"తర్వాత" అని యుగంధర్ మహదేవన్ వైపు తిరిగి "మీ నాన్నగారికి ఎర్రని గుర్తు వున్న కాగితాలు ఇంతకుముందు ఏమైనా వచ్చాయా? ఆయన్ని ఎవరయినా బెదిరించారా?" అడిగాడు.

"గదిలో బల్లకింద ఓ చిన్న తోలుపెట్టె వుంది. దానినిండా కాగితాలు వున్నాయి. నాన్నగారిని బెదిరిస్తూ చాలా ఉత్తరాలు వచ్చేవి. ఆయన ఉద్యోగం చేస్తున్నపుడు, ఆ తర్వాత కూడా అప్పుడప్పుడు బెదిరింపు ఉత్తరాలు వచ్చేవి. ఆయన వాటిని లెఖ్ఖ చేసేవారు కారు" అన్నాడతను.

"మీరు ఈ ఇంట్లోకి వచ్చి ఎంతకాలం అయింది?"

"రెండేళ్ళు."

"మీ నాన్నగారు రిటైర్ అయి ఎంతకాలం అయింది?"

"రెండేళ్ళు."

"మీ అమ్మాయి రాధని క్త జాగ్రత్తగా చూస్తూ వుండండి" చెప్పాడు యుగంధర్.

6

"మీరే టెలిఫోన్ చెయ్యండి" అన్నాడు ఎ.సి. యుగంధర్‌తో.

యుగంధర్ తలవూపి టెలిఫోన్ రిసీవర్ తీసి భుజంగరావుకి టెలిఫోన్ చేశాడు.

"యుగంధర్‌ని. ఇంత రాత్రివేళ ఫోన్ చెయ్యవలసి వచ్చినందున చింతిస్తున్నాను. రిటైర్డ్ పోలీసు సూపరింటెండెంట్ మాధవన్ని ఎవరో హత్యచేశారు. ఆయనకీ, మీకు వచ్చినటువంటి ఎర్రని గుర్తు వున్న ఉత్తరాలు వచ్చాయి. ఆయన దర్యాప్తు చేసిన కేసు ఏదైనా మీ వద్దకు విచారణకు వచ్చిందా? జ్ఞాపకం చేసుకోండి" అన్నాడు యుగంధర్.

"పోలీసు సూపరింటెండెంట్ మాధవన్! అయ్యో పాపం! ఆయనకూతురూ, మా పద్మ క్లాస్‌మేట్స్. ఆయన దర్యాప్తు చేసిన కేసులు చాలా నా వద్దకు విచారణకు వచ్చాయి. ఒక కేసుమాత్రం బాగా జ్ఞాపకమున్నది" అన్నాడు భుజంగరావు.

"ఏమిటా కేసు?" అడిగాడు యుగంధర్.

"హత్య కేసు."

"ఎవరి హత్య? ముద్దాయికి శిక్ష పడిందా? వివరాలు జ్ఞాపకం వున్నాయా?"

"ఆ! వివరాలన్నీ బాగా జ్ఞాపకం వున్నాయి. భర్తను హత్య చేసినందుకు ఒకతని భార్యనీ, ఆమె ప్రియుణ్నీ విచారణకి తీసుకువచ్చారు. హత్యచేయబడ్డ మనిషి పేరు సుందరం. అతని భార్య పేరు రేవతి. ఆమె ప్రియుడి పేరు శివరాం. అతనికి పధ్నాలుగేళ్ళు శిక్ష వేశాను. రేవతిని విడుదల చేశాను. భర్త హత్యతో ఆమెకి సంబంధమున్నదని కానీ ఆమెకు ముందుగా తెలుసునని కానీ ప్రాసిక్యూషన్ రుజువు చెయ్యలేకపోయింది" అన్నాడు భుజంగరావు.

"ఆ కేసు విచారణకి ఎప్పుడు వచ్చింది?" అడిగాడు యుగంధర్.

"నేను రిటైర్ అవడానికి మూడేళ్ళ ముందు అంటే అయిదేళ్ళయింది."

"కనుక శివరాం యింకా విడుదలయి వుండడు కదూ?"

"జైల్లోంచి తప్పించుకుని వుంటే తప్ప" అన్నాడు భుజంగరావు.

"థాంక్స్. మిగతా కేసుల గురించి ఏమీ జ్ఞాపకం లేదన్నమాట!"

"లేదు."

"ఫర్వాలేదులెండి. రికార్డులు చూస్తాము. మా మనిషి గదిలోనే వున్నాడా?"

"ఆ! పడకకుర్చీలో కూర్చునున్నాడు" చెప్పాడు భుజంగరావు.

యుగంధర్ టెలిఫోన్ పెట్టేసి ఏ.సి.కి ఆ సంభాషణ వివరాలన్నీ చెప్పాడు.

"ఆ కేసుకీ, ఈ హత్యకీ ఏమీ సంబంధం వుండి వుండదు. శివరాం ఇంకా శిక్ష అనుభవిస్తూనే వున్నాడుగా! ఈ హత్య ఆడది చేసిన పనికాదు" అన్నాడు ఏ.సి.

"శివరాం స్నేహితుడో, అన్నో, తమ్ముడో చేసివుండవచ్చుగా" అన్నాడు ఇన్‌స్పెక్టర్ స్వరాజ్యరావు.

తలతిప్పి "వ్యక్తిగతంగా ఎంతో ద్వేషమూ, కసీ వుంటే కాని ఇటువంటి హత్యలు చెయ్యరు. హంతకుడికి ప్రయోజనం ఏమీలేదు హత్య చెయ్యడంవల్ల. శివరాం తరఫున మరెవరో చేసివుంటారని అనిపించడం లేదు" అన్నాడు యుగంధర్.

రాజు చిన్నగా దగ్గాడు. అందరూ అతనివైపు చూశారు. "శివరాంకి పధ్నాలుగేళ్ళ శిక్ష పడివుండవచ్చు. అతనింకా జైలులోనే వున్నాడని ఏమిటి నిశ్చయం?" అన్నాడు.

ఏ.సి. నవ్వి "జైలునించి పారిపోయి వచ్చి యీ హత్య చేశాడంటావా!" అడిగాడు.

"అసంభవం కాదుగా!"

"ఆల్‌రైట్!" అని టెలిఫోన్ తీసి రాత్రి డ్యూటీ మీద వున్న గుమాస్తాతో మాట్లాడాడు ఏ.సి. తర్వాత రాజువైపు తిరిగి "కోయంబత్తూరు సెంట్రల్ జైలులో వున్నాడుట. జైలు సూపరింటెండెంట్‌కి ట్రంక్‌కాల్ బుక్‌చేశాను" అన్నాడు.

"మాధవన్‌తో నాకు అంత బాగా పరిచయం లేదు. ఆయన్ని గురించి చెప్పండి" అడిగాడు యుగంధర్.

"ఏం చెప్పమంటారు?" అడిగాడు ఏ.సి.

"ఎటువంటి ఆఫీసర్? న్యాయంగా, దీక్షగా పనిచేసేవాడా?"

"యస్! చాలా మంచి రికార్డు వుంది. చిల్లి కానీ లంచం పుచ్చుకోలేదు. వ్యక్తిగతమైన కారణాలతో ఎవరిమీదా కేసులు బనాయించలేదు. రాజకీయవేత్తల ఒత్తిడికి లొంగి ఎవరిమీదా కేసులు మాఫు చెయ్యలేదు. ఒక పోలీసు వుద్యోగి గురించి అంతకన్నా మంచి ఏం చెప్పగలం?" అన్నాడు ఏ.సి. అంతలో బల్లమీద టెలిఫోన్ మోగింది. రిసీవర్ తీసుకుని, తన పేరు చెప్పి "శివరాం అనే అతన్ని హత్యానేరానికి పధ్నాలుగేళ్ళ శిక్ష అనుభవించడానికి మీ జైలుకి పంపారు. అతను జైలులో వున్నాడా?" అడిగాడు.

అవతలనించి జవాబు వినగానే ఏ.సి. చేతిలోంచి రిసీవర్ జారి బల్లమీద పడింది. "వాట్! నిజమా!" అంటూ మళ్ళీ రిసీవర్ తీసుకుని "నిజమా!" అడిగాడు. అవతలినించి జవాబు విని "సారీ! సర్క్యులర్ నేను చూడలేదు. వెరీ సారీ" అని రిసీవర్ పెట్టేసి, రాజువైపు తిరిగి "మైడియర్ ఫెలో! నీకు తెలుసా ఏమిటి?" అన్నాడు.

రాజు తెలియదని తలతిప్పాడు.

"శివరాం నాలుగురోజుల క్రితం జైలునించి తప్పించుకుని వెళ్ళాడుట. జనరల్ సర్క్యులర్ పంపించారుట. నేను చూడలేదు. ఇన్‌స్పెక్టర్! మీకు తెలియదా?" అన్నాడు ఏ.సి. స్వరాజ్యరావును చూసి.

"లేదు సార్! వారం రోజులుగా నేను ఆ బ్యాంక్ దొంగతనం కేసులో బిజీగా వున్నానుగా" అన్నాడు ఇన్‌స్పెక్టర్.

"ఆల్‌రైట్! ఇన్‌స్పెక్టర్! ఈ క్షణంనించి మీరు ఇన్‌ఛార్జి. శివరాంని వెంటనే పట్టుకోవాలి. రేవతి ఎక్కడున్నదో తెలుసుకోండి. బహుశా శివరాం అక్కడికి వెళ్లివుంటాడు" అన్నాడు ఏ.సి.

ఇన్‌స్పెక్టర్ తలవూపి లేచి నిలబడ్డాడు.

"నాదొక చిన్న సలహా" అన్నాడు యుగంధర్.

"చెప్పండి."

"శివరాం ఫోటో మీవద్ద వుంటే మహదేవన్ కూతురు రాధకి చూపిద్దాం."

"వెరీగుడ్ ఐడియా! కమాన్! మనమే వెళ్ళి వెతుకుదాం" అన్నాడు ఏ.సి.

✣ ✣ ✣

పాత ఫైల్స్ తిరగేశారు. చాలా సులభంగానే దొరికింది ఫోటో.

"సుందరం హత్యకేసు, మాధవన్ ఇన్‌ఛార్జి" అని అట్టపైన రాసి వుంది. అట్ట వెనక వరసగా కొన్ని ఫోటోలు అతికించి వున్నాయి. హత్య చెయ్యబడ్డ సుందరం మొహం మాత్రం ఒక ఫోటో, నిలుచునున్నది ఒకటి. అతని భార్య రేవతిది, నేరస్థుడు శివరాంది రెండు ఫోటోలు వున్నాయి. యుగంధర్ ఫోటోలు పరీక్షగా చూశాడు. సన్నగా, పొడుగ్గా వున్నాడు. ఉంగరాల జుట్టు, పల్చని మొహం, చురుకయిన కళ్ళు, ఫుల్‌సూటులో వున్నాడు. అతని ఆకారం గురించిన వివరాలు పక్కనే టైప్‌చేసి వున్నాయి. అయిదడుగుల పది అంగుళాల పొడుగు, నూటయిరవై రెండు పౌనుల బరువు. గోధుమరంగు వొళ్ళు, కేసు గురించి వివరాలు, హత్యకి సంబంధించిన ఫోటోలు వున్నాయి తర్వాత. సుందరం మెడికల్ రిప్రజింటేటివ్. శివరాం ఇన్సూరెన్స్ ఏజెంట్. ఇద్దరూ స్నేహితులు. సుంధరం తరచు టూర్ వెళ్ళేవాడు. అది అవకాశంగా తీసుకుని శివరాం సుందరం భార్యతో ప్రణయం ప్రారంభించాడు. ఆ విషయం సుందరానికి తెలిసిపోయింది. పోట్లాట అయింది. శివరాంని ఇంటికి రావద్దని చెప్పాడు సుందరం. రేవతి కొన్నాళ్ళ తర్వాత పుట్టింటికి వెళ్లిపోయింది. తనకి విడాకులు ఇవ్వమని భర్తకి ఉత్తరాలు రాసింది. సుందరం అందుకు అంగీకరించలేదు. ఒకరోజు రాత్రి శివరాం సుందరం ఇంటికి వెళ్ళి సుందరాన్ని కత్తితో పొడిచి చంపాడు. రేవతి అప్పుడు ఇంకా పుట్టింట్లోనే వుంది. శివరాం సుందరం ఇంట్లోకి వెళ్ళడం చూసినవాళ్ళు, అతనింట్లో రక్తం వున్న కత్తీ,

ఎన్నో సాక్ష్యాలూ లభించాయి. శివరాంని అరెస్ట్ చేశారు. రేవతి కూడా ఈ హత్య చెయ్యడానికి కుట్ర చేసిందని ప్రాసిక్యూషన్ రేవతిమీదా అభియోగం తెచ్చింది. తన భర్త తనకి విడాకులు ఇవ్వనంటున్నాడని శివరాంకి రేవతి రాసిన ఉత్తరం సాక్ష్యంగా ప్రవేశపెట్టింది. రేవతిమీద కేసు కొట్టేశారు. శివరాం తను హత్య చెయ్యలేదని అన్నాడు. చివరివరకూ అంతా చదివి యుగంధర్ ఫైలులోంచి శివరాం ఫోటోలు తీశాడు. "నేను వీటిని తీసికెళ్ళి, మాధవన్ మనుమరాలు రాధకి చూపిస్తాను. తర్వాత మీకు ఇచ్చేస్తాను" అన్నాడు.

"దట్స్ ఆల్‌రైట్!" అన్నాడు ఏ.సి.

"ఇంకొక సంగతి. రేపు పత్రికా ప్రతినిధుల్ని పిలిపించి ఈ ఎర్రని గుర్తు వున్న బెదిరింపు ఉత్తరాల గురించి చెప్పండి. ఇటువంటి ఉత్తరాలు ఇంకా ఎవరికయినా వచ్చివుంటే వాళ్ళు వెంటనే మిమ్మల్ని కలుసుకోవలసిందిగా ప్రకటించండి. నిర్లక్ష్యం చెయ్యవద్దని హెచ్చరించండి" చెప్పాడు యుగంధర్.

"ఓ యస్. రేపు పొద్దున్నే రిపోర్టర్స్‌ని పిలుస్తాను" అన్నాడు ఏ.సి.

"రేపు ఇక్కడికి వస్తాను" అని యుగంధర్ ఏ.సి. ఆఫీసునించి బయలుదేరాడు.

7

పొద్దున్న ఏడుగంటలకల్లా డిటెక్టివ్ యుగంధర్, అతని అసిస్టెంట్ రాజు హత్య చేయబడ్డ మాధవన్ యింటికి వెళ్ళారు. పోలీసులూ, జనమూ, కాల్చి పారేసిన సిగిరెట్టు పీకలు, ఖాళీ సిగిరెట్ పాకెట్లు గేటుముందు పడున్నాయి. ఇంట్లో చడీచప్పుడూ లేదు. ఏడుపులు కూడా వినిపించడంలేదు.

రాజు నెమ్మదిగా మునివేళ్ళతో తలుపు తట్టాడు.

"ఎవరు?" లోపల్నుంచి ప్రశ్న.

"మహదేవన్ గారున్నారా?"

"లేరు."

"అమ్మా! ఒకసారి తలుపు తియ్యండి. నేను డిటెక్టివ్ యుగంధర్ని" అన్నాడు యుగంధర్. గడియ తీస్తున్న చప్పుడయింది. పద్దెనిమిదేళ్ళ అమ్మాయి తలుపు తీసి యుగంధర్ని తేరిపార చూసింది. చెదిరిన జుట్టు, నలిగిన బట్టలు, ఏడ్చి ఏడ్చి ఎర్రగా జేవురించుకుపోయిన కళ్ళు, పీక్కుపోయిన మొహము... ఆ అమ్మాయి మాధవన్ కుమార్తె అని యుగంధర్‌కి తెలుసు.

"మీ అన్నయ్య ఇంత తెల్లారే బైటికి వెళ్లారా! నే వచ్చినది పాపాయి రాధకోసం" అన్నాడు యుగంధర్.

తలుపు దగ్గిర నిలబడ్డ యువతి కనుబొమలు చిట్లించి "మీరెవరు? డిటెక్టివ్ యుగంధర్ అయితే అన్నయ్య కోసం, రాధకోసం మీరు యిక్కడికి రావడం ఆశ్చర్యంగా వుంది" అన్నది.

"ఏం? పాపాయి కూడా యింట్లో లేదా?"

"లేదు. అర్ధరాత్రి పోలీస్ కమీషనర్ ఆఫీసునించి ఎవరో యిన్‌స్పెక్టర్ వచ్చి అన్నయ్యనీ, పాపాయినీ ఏ.సి. పిలుచుకురమ్మన్నారని చెప్పి కారులో ఎక్కించుకుని తీసికెళ్ళాడు. ఇంకా తిరిగి రాలేదు. బహుశా ఏ.సి ఆఫీసులోనే యింకా వున్నారేమో!" అన్నది.

రాత్రి ఒంటిగంట వరకూ యుగంధర్ ఏ.సి. ఆఫీసులోనే వున్నాడు. తను అక్కడ వుండగా మహదేవన్ కోసం ఎవర్నైనా పంపారేమో అనుకుని రాజుని వెళ్లి ఫోన్‌చేసి కనుక్కోమన్నాడు. "ఆ వచ్చిన పోలీస్ ఉద్యోగిని నువ్వు చూశావా అమ్మా?" అడిగాడు ఆ అమ్మాయిని.

"లేదు. అన్నయ్యే వచ్చి తలుపు తీశాడు. రాధ నిద్రపోతోంది. నిద్రపోతున్న దాన్ని భుజాన వేసుకుని తీసికెళ్లాడు. ఏం?" అడిగింది సునీత.

యుగంధర్ తలుపుదగ్గరే నిలుచున్నాడు. పదినిముషాల్లో రాజు తిరిగి వచ్చాడు.

"లేదు సార్! ఏ.సి.కే ఫోన్ చేశాను. ఎవర్నీ పంపలేదుట. ఆయన స్వరాజ్యరావుతో యిక్కడికి వస్తున్నారు" చెప్పాడు రాజు.

"అయితే అన్నయ్య, పాపాయి?" అన్నది సునీత.

"ఖంగారుపడకండి" అన్నాడు యుగంధర్.

యుగంధర్ మాట వినిపించుకోకుండా లోపలికి పరిగెత్తింది సునీత. రెండు నిముషాలలో యింటిముందు ఓ వ్యాన్ ఆగింది. ఏ.సి., ఇన్‌స్పెక్టర్ స్వరాజ్యరావు హడావిడిగా దిగారు.

"ఏమిటి యుగంధర్! మహదేవన్‌నీ, ఆ పసిపిల్లనీ నేను పిలిపించడ మేమిటి?" అడిగాడు ఏ.సి.

తనకి సునీత చెప్పిన విషయం చెప్పాడు యుగంధర్. ఇన్‌స్పెక్టరూ, ఏ.సి. లోపలికి వెళ్ళి మహదేవన్ భార్యనీ, సునీతని ప్రశ్నించారు. కాని ఎక్కువ ఏమీ తెలియలేదు.

ఏ.సి. మొహం కందిపోయింది. నుదుటిమీద చెమట తుడుచుకుంటూ స్వరాజ్యరావుమీద కస్సుమన్నాడు. "కనీసం ఓ కానిస్టేబుల్ నయినా యిక్కడ కాపలా వుంచవద్దూ? హత్య జరిగిన యిల్లు, నాలుగేళ్ళ పిల్ల హంతకుణ్ణి చూసింది. వాళ్ళకి ప్రమాదం వున్నదని మీకే తెలియాలి. నేను చెప్పాలా?" అన్నాడు.

ఇన్‌స్పెక్టర్ స్వరాజ్యరావు కిక్కురుమనలేదు.

"వ్యానో, కారో ఏదయినా సరే ఎటు వెళ్లిందీ ఎవరయినా చూశారేమో యీ ప్రాంతాల అడిగి తెలుసుకోవడం మంచిది" అన్నాడు యుగంధర్.

"యస్! యస్! కానివ్వండి" అన్నాడు ఏ.సి. స్వరాజ్యరావుతో.

రాజు, యుగంధర్, ఏ.సి, వ్యాన్ దగ్గిర నిలబడ్డారు.

అంతలో ఏ.సి.ని చూసి "మెసేజ్ సార్!" అన్నాడు వ్యాన్‌లో కూర్చున్న వైర్‌లెస్ ఆపరేటర్.

"ఊఁ! వింటున్నాను" ఏ.సి. విసుగ్గా చెప్పాడు.

"కంట్రోల్ రూమ్ రిపోర్టింగ్! కంట్రోల్ రూం రిపోర్టింగ్!"

"వ్యాన్ ఫోర్ రిసీవింగ్! వ్యాన్ ఫోర్ రిసీవింగ్!" అన్నాడు వ్యాన్ ఆపరేటర్.

"సైదాపేటకి ముందున్న చిన్న వంతెన పక్కన నీళ్ళు లేని కాలవలో మహదేవన్ అనే అతను పడి వున్నాడు."

"గుడ్‌గాడ్" అని ఏ.సి. వ్యాన్‌లోకి ఒక్కగంతు వేసి "ఏ.సి. స్పీకింగ్... వివరాలు చెప్పు!" అని అరిచాడు.

"పొద్దున్న అయిదు గంటలకి అక్కడ ఒక మనిషి పడివుండడం పాలుపోసే మనిషి ఒకడు చూశాడు. స్పృహ లేదుట. తలకి దెబ్బ తగిలిందట. డివిజన్ పోలీస్ స్టేషన్‌కి వెళ్ళి చెప్పాడు. వెంటనే సైదాపేట పోలీసులు ఆయన్ని జనరల్ ఆస్పత్రికి తీసికెళ్లారు. ఆయనకి పదిహేను నిముషాల క్రితమే స్పృహ వచ్చింది. మిమ్మల్ని కలుసుకోవాలనుకుంటున్నాడు."

"ఆల్‌రైట్! నేను జనరల్ ఆస్పత్రికి వెళుతున్నాను" అని డ్రైవర్ని వ్యాన్ స్టార్ట్ చెయ్యమని "రండి యుగంధర్!" అని తలుపు తెరిచాడు ఏ.సి.

"నేను నా కారులో వస్తాను" అన్నాడు యుగంధర్.

8

యుగంధర్ తన కన్సల్టింగ్ రూంలో రివాల్వింగ్ కుర్చీలో కూర్చున్నాడు. ఏ.సి. ఇన్‌స్పెక్టర్ స్వరాజ్యరావు అతనికి ఎదురుగా కూర్చున్నారు. మహదేవన్‌ని చూసి అంతకుముందే జనరల్ ఆస్పత్రి నించి వచ్చారు.

రాత్రి ఒంటిగంటకు ఎవరో తలుపు తట్టారుట. మహదేవన్ యింకా నిద్రపోలేదు. తలుపు తియ్యగానే కాకీ నిక్కరు లోపలికి షర్టు దోపుకుని తోలుబెల్టు పెట్టుకున్న ఓ భారీ మనిషి 'మహదేవన్‌గారూ! పాపాయి రాధని తీసుకుని ఏ.సి. మిమ్మల్ని వెంటనే ఆఫీస్‌కి రమ్మన్నారు' అన్నాడుట. మహదేవన్ రాధని ఎత్తుకుని, తలుపు వేసుకోమని భార్యకి చెప్పి అతనితో వెళ్లి కారు ఎక్కాడుట. కారు స్టార్ట్‌చేసి కొంతదూరం వెళ్ళాక ఆపాడట. ఏమయిందని మహదేవన్ అడిగితే జవాబు చెప్పలేదుట అతను. ఏదో బరువయిన వస్తువు తీసుకుని మహదేవన్‌ని తలమీద బలంగా కొట్టాడుట. వెంటనే మహదేవన్‌కి స్పృహ పోయిందిట. అంతే! ఆ తర్వాత ఏం జరిగిందీ ఆస్పత్రిలో స్పృహ వచ్చేంతవరకూ అతనికి తెలియదుట. రాధ ఏమయిందో తెలియలేదు. మహదేవన్ ఎక్కిన ఆ కారు నెంబరు కానీ, వివరాలు గానీ ఆయనకు తెలియదు. మహదేవన్ చెప్పిన విషయాలు ఇవి.

"మహదేవన్‌ని కొట్టి ఆ తూముదగ్గిర పడేసిందీ, రాధని ఎత్తుకుపోయిందీ హంతకుడేనా?" అడిగాడు ఏ.సి.

"అందులో సందేహంలేదు. రాధ అతన్ని చూసింది. తనని చూసిందని తెలుసు అతనికి. అందుకే ఎత్తుకుపోయాడు."

"అయితే రాధని?" అడిగాడు రాజు.

"ఏమో! రాధ అంత చిన్నపిల్లని చంపేస్తాడా? చంపేవాడయితే మాధవన్‌ని కొట్టి వెళుతున్నప్పుడు ఆ పిల్లని సులభంగా చంపి వుండవచ్చుగా?" అని రెండు నిముషాలు ఆలోచించి "మనం మాధవన్ యింట్లో వున్నప్పుడు నేను రాధని ఎత్తుకుని మాట్లాడుతుండగా బయట చేరిన జనంలో హంతకుడు నిలబడి చూసి వుండాలి. రాధనించి తన ఆనవాళ్ళు తెలుసుకుంటామేమోనని నిన్నరాత్రే రాధని ఎత్తుకుపోయాడు" అన్నాడు యుగంధర్.

"ఎవరయినదీ తెలియడానికేం! తెలుస్తూనే వుందిగా! శివరాం ఫోటోలు తీసుకుని రాధకి చూపించడానికి మీరు వెళ్ళేటప్పటికి రాధ లేదుగా" అన్నాడు ఇన్‌స్పెక్టర్.

యుగంధర్ తల విదిలించాడు. "ఎర్రని గుర్తు వున్న ఉత్తరాలు పంపిన మనిషే హంతకుడు అయినట్లయితే శివరాం హంతకుడు కాదు" అన్నాడు.

అందరూ యుగంధర్‌ని ఆశ్చర్యంతో చూశారు. "అదేమిటి?" అడిగాడు ఏ.సి.

"శివరాం జైలునుంచి తప్పించుకుని నాలుగురోజుల క్రితమే బయటికి వచ్చాడు. భుజంగరావుకీ, మాధవన్‌కీ దాదాపు నెలరోజులనించీ ఆ ఉత్తరాలు వస్తున్నాయి."

"శివరామే ఇంకెవరిచేతనైనా రాయించాడేమో!" అన్నాడు రాజు.

"జైలులో వుండగానా? అసంభవం కాదుకాని శివరామే హంతకుడు అయినట్లయితే రాధని ఎత్తుకుపోవలసిన అవసరం ఏముంది?" అడిగాడు యుగంధర్.

"అతని ఫోటో చూసి ఆ చిన్నపిల్ల గుర్తుపట్టకుండా" అన్నాడు ఇన్‌స్పెక్టర్.

"గుర్తుపడితేనేం... శివరామే హంతకుడు అయితే మాధవన్‌కీ, అతనికీ భుజంగరావుకీ వున్న సంబంధాన్ని బట్టి అతన్ని మనం ఎలాగూ అనుమానిస్తామని తెలుసుండాలి. అంతేకాక జైలునించి పారిపోయి వచ్చిన మనిషి కనుక తనకోసం పోలీసులు వెతుకుతుంటారనీ తెలుసు అతనికి. మాధవన్‌ని హత్యచేసింది తనేనని తెలియకుండా దాచడంలో అర్థం ఏముంది?" అన్నాడు యుగంధర్.

"అయితే మీ అభిప్రాయం ఏమిటి?" అడిగాడు ఏ.సి.

"ఇంకా యే అభిప్రాయానికీ రాలేదు. అన్నీ అనుమానాలే!" అని యుగంధర్ అంటూ వుండగా టెలిఫోన్ మోగింది. "హలో! యుగంధర్ స్పీకింగ్!" అన్నాడు.

"గుడ్! యుగంధర్! మీరు అనవసరంగా ఖంగారుపడకండి! రాధ క్షేమంగా వుంది."

"ఎవరు నువ్వు?" అడిగాడు యుగంధర్.

"నా పేరు చెప్పమంటారా?" అని నవ్వి "రిటైర్డ్ పోలీస్ సూపరింటెండెంట్‌ని హత్యచేసిన మనిషిని. మీరు రాధని ఎత్తుకుని మాట్లాడడం బయట వున్న జనంలో నిలబడి చూశాను. అందుకే రాధని తీసికెళ్ళాను."

"ఎక్కడికి?" అడిగాడు యుగంధర్.

అవతలనించి మళ్ళీ నవ్వు వినపడింది. "సారీ! చిరునామా చెప్పలేను. రాధకి ఎటువంటి హానీ కలగదు అని మీకు ధైర్యం చెప్పడానికి ఫోన్ చేశాను. పాపం! ఆ పిల్లతల్లి గుండె బద్దలయ్యేటట్టు ఏడుస్తూ వుంటుంది. ఆమెకి ఈ విషయం చెప్పండి."

"ఆ చిన్నపిల్ల నిన్ను ఎలా గుర్తుపడుతుంది? ఎందుకు భయపడ్డావు?" అడిగాడు యుగంధర్.

"ఆ ప్రమాదం వున్నది కనుకే తీసికెళ్ళాను. ఈ కేసులోకి మీరు ప్రవేశించక పోయినట్లయితే రాధని ఎత్తుకు వెళ్ళేవాణ్ని కాను. మరొకసారి చెపుతున్నాను. భయపడవద్దు. రాధ ఆడుకుంటోంది. భలే అల్లరిపిల్ల. తియ్యగా మాట్లాడుతుంది. నీళ్లు పొయ్యడం, బట్టలు వేయడం మొదలయిన పనులు నాకు కష్టంగా వున్నాయి. ఇంట్లో ఆడవాళ్ళు లేరు. ఎవర్నయినా తీసుకురావాలి రాధని చూసుకునేందుకు" అని టెలిఫోన్ కట్ చేశాడు అతను.

యుగంధర్ కూడా రిసీవర్ పెట్టేశాడు.

"ఎవరు?" అడిగాడు ఏ.సి.

"హంతకుడు" అన్నాడు యుగంధర్.

"ఏమంటున్నాడు?"

యుగంధర్ చెప్పాడు. "వాడికి ఎంత ధైర్యం! మీరు వాణ్ని సంభాషణలో ఉంచి మాకు సంజ్ఞ చేస్తే" అని ఏ.సి. అంటూండగా "అంత తెలివిమాలినవాడు కాడు. మీరు ఆ టెలిఫోన్ బూత్‌కి వెళ్ళేటప్పటికి అక్కడ వుండడు" అన్నాడు యుగంధర్.

"ఇంతకీ వాడు మీకు ఎందుకు టెలిఫోన్ చేశాడు? బెదిరించాడా?" అడిగాడు ఏ.సి.

"లేదు. రాధ క్షేమంగా వుందని తెలియపరచడానికి."

"నమ్ముతున్నారా?"

"నమ్మకపోవడానికి కారణం కనిపించడంలేదు" అన్నాడు యుగంధర్.

9

"దయచేసి సుందరం హత్యకేసి బాగా జ్ఞాపకం చేసుకోండి! ఈ ఎర్రని గుర్తు వున్న ఉత్తరాలకీ, అతనికీ యేమైనా సంబంధం వుందా!" అడిగాడు యుగంధర్ భుజంగరావుని. కనుబొమలు ముడిచి "రాత్రి డైరీ తీసి చదివాను.

నాకు తెలిసినంతవరకూ ఆ కేసులో ప్రత్యేకత యేమీ లేదు. శివరాం మీద సాక్ష్యం చాలా వుంది. తికమకలు పెట్టిన కేసుకాదు. తీర్పు చెప్పడానికి అట్టే కష్టపడవలసిన అవసరం లేకపోయింది" అన్నాడు భుజంగరావు.

"కేసు విచారణ జరుగుతూండగానో, విచారణ అయిన తర్వాతో మిమ్మల్ని కోర్టులో బెదిరించారా?" అడిగాడు యుగంధర్.

"లేదు" అన్నాడు భుజంగరావు. అయిదునిముషాల తర్వాత "యేమిటి ఆలోచిస్తున్నారు?" అడిగాడు యుగంధర్ని.

"శివరాం సరిగా ఈ సమయంలో జైలునించి పారిపోవడం, మాధవన్ హత్య, కేవలం కాకతాళీయమా లేక రెండింటికీ సంబంధం వున్నదా అని ఆలోచిస్తున్నాను"

"ఏదో సంబంధం వుండివుంటుంది! హత్య చెయ్యబడ్డ ఆ పోలీసు సూపరింటెండెంట్‌కీ నాకూ సంబంధం ఆ శివరాం కేసులో మాత్రమేగా! మా ఇద్దరికీ ఎర్రని గుర్తు వున్న ఉత్తరాలు వచ్చాయి" అన్నాడు భుజంగరావు.

"మీకు వచ్చినట్లు అలాటి ఎర్రని గుర్తు వున్న ఉత్తరాలు ఇంకా ఎంతమందికి వచ్చాయో పత్రికల్లో ప్రకటన అందరూ చదివిన తర్వాత కాని తెలిసే అవకాశం లేదు. ఎంత ఆలోచించినా నాకు ఒక విషయం అర్థం కావడంలేదు. మాధవన్‌ని హత్యచేసిన మనిషి ఎర్రని గుర్తుగల కాగితం మాధవన్ చేతిలో ఎందుకు వుంచాడు? తనే హత్య చేశానని అందరికీ తెలిసేట్టు విజిటింగ్ కార్డులా ఆ కాగితం ఎందుకు పెట్టాడు?" అన్నాడు యుగంధర్.

"సార్! హత్య చెయ్యబడ్డ సమయంలో మాధవన్ చేతిలో ఆ కాగితం వున్నదేమో!" అన్నాడు రాజు.

"అంటే, ఆ కాగితం ఆవేళ పోస్టులో వచ్చి వుండాలి. దాన్ని చేతిలో పట్టుకుని చూస్తూండగా సరిగా ఆ సమయంలో హంతకుడు వచ్చి హత్య చేశాడని అనుకోవాలి. అది మరీ కాకతాళీయంగా వున్నది కదూ రాజూ! ఆ ఎర్రని గుర్తు కాగితాలు పంపుతున్న మనిషే హత్యచేశాడని అందరికీ తెలిసేందుకు హంతకుడు కావాలనే ఆ కాగితం మాధవన్ చేతిలో పెట్టాడు."

"ఎందుకు? ఆ ప్రచారం దేనికి?" అడిగాడు భుజంగరావు.

"ఆ ఎర్రని గుర్తు కాగితాలు వచ్చినవాళ్ళు భయపడడానికి. నిర్లక్ష్యం చెయ్యకుండా వుండడానికి."

భుజంగరావు నవ్వి "విచిత్రంగా వుంది. హత్య చెయ్యదలచుకున్నప్పుడు హత్య చెయ్యకుండా ముందు యీ బెదిరింపు ఉత్తరాలు దేనికి పంపుతాడు? పైగా ఆ బెదిరింపు ఉత్తరాలు ఎవరూ నిర్లక్ష్యం చెయ్యకుండా మాధవన్ని హత్యచేసి ఓ ఎర్రని గుర్తు కాగితం అతని చేతిలో పెట్టాడు. మిగతా వాళ్ళంతా జాగ్రత్తపడరూ?" అడిగాడు.

"అదే నేనూ ఆలోచిస్తున్నాను. అర్థం కాకుండా వుంది. ఎర్రని గుర్తు ఉత్తరాలు పంపడంలో అర్థం తెలుస్తోంది. తను హత్య చెయ్యదలచుకున్నవాళ్ళు భయపడి, క్షోభపడి, బాధపడాలని హంతకుడి ఉద్దేశం అయివుండవచ్చు. కాని హత్యచేసిన తర్వాత శవం చేతిలో ఎందుకు ఎర్రనిగుర్తు కాగితం పెట్టాడో తెలియడంలేదు" యుగంధర్ అంటుండగా వంటమనిషి నారాయణ వచ్చి డ్రైవర్ వచ్చాడని చెప్పాడు.

"డ్రైవరా! యేమిటి, పద్మ రాలేదూ?" అడిగాడు భుజంగరావు.

"లేదండీ! డ్రైవర్ని పిలవనా?"

"ఊఁ! పిలువు" అన్నాడు భుజంగరావు.

జంకుతూ డ్రైవర్ గదిలోకి వచ్చి "కాలేజీకి వెళ్ళానండీ! అమ్మాయిగారు కాలేజీలో లేరు" అన్నాడు.

"కాలేజీలో లేదా? ఎక్కడికి వెళ్ళింది?" అడిగాడు భుజంగరావు.

"తెలియదండీ! ఎవర్నడిగినా చెప్పలేదండీ!"

"కాలేజీలోనే వున్నదేమో! సరిగా చూశావా?"

"చూశానండీ! అరగంట కాచుకున్నాను. మీకు చెప్పడానికి వచ్చాను."

భుజంగరావు ఆలోచనలో పడ్డాడు. "నాతో చెప్పకుండా ఎక్కడికీ వెళ్ళదే! ఎక్కడికి వెళ్ళివుంటుంది!" పైకి అన్నాడేగాని ఆదుర్దా అతని మొహంలో స్పష్టంగా కనపడుతోంది.

"జాగ్రత్తగా వుండమని చెప్పాను" అన్నాడు యుగంధర్.

భుజంగరావు లేచి పచార్లు ప్రారంభించాడు. "ఏం చెయ్యను? మొండితనం! ఈ యేడు చదువు వద్దు అంటే వింటేగా! లా కాలేజీలో చేరింది. బహుశా యే స్నేహితురాలింటికో వెళ్ళి వుండవచ్చు" అన్నాడు.

ఆ మాటలు అంటుండగానే టెలిఫోన్ మోగింది. రిసీవర్ తీసుకొని "హల్లో! యస్. పిలుస్తానుండండి" అని యుగంధర్ని చూసి "మీకోసం!" అన్నాడు.

యుగంధర్ రిసీవర్ తీసుకుని "హల్లో! యుగంధర్ స్పీకింగ్!" అన్నాడు. వెంటనే యుగంధర్ మొహం మారిపోయింది. పెదిమలు బిగించాడు. కళ్ళు చిట్లించాడు. "ఆ! చెప్పండి!" అన్నాడు.

అవతలనించి నవ్వు వినిపించింది. "రాధకి నీళ్ళు పోసేందుకు, బట్టలు వేసేందుకు, ఆడించేందుకు ఇంట్లో ఆడమనిషి లేదన్నానుగా! ఇవాళ తీసుకువచ్చాను" అన్నాడు.

"ఆ విషయం నాకు చెప్పడం దేనికి?" అడిగాడు యుగంధర్.

"రాధ గురించి మీరూ, ఆ పిల్ల తల్లిదండ్రులు బెంగపడకుండా, పద్మప్రియ యేమైందని భుజంగరావుగారు ఖంగారుపడకుండా. పద్మప్రియ రాధకి నీళ్ళు పోసింది, ఇప్పుడే కొత్తగౌను తొడిగింది" అన్నాడు అవతలనించి.

"అంతేనా, యింకేమైనా చెపుతావా?" అడిగాడు యుగంధర్.

"రాధకి కాని, పద్మప్రియకి కాని ఎటువంటి హానీ జరగదు. వాళ్ళమీద నాకెటువంటి ద్వేషమూ లేదు. ఇకపోతే నేను హత్య చెయ్యదలుచుకున్న వాళ్ళని మీరు కాదుకదా ఆ భగవంతుడు కూడా రక్షించలేడు. మీరు అనవసరంగా శ్రమపడుతున్నారు."

"అంత అహంకారం పనికిరాదు. తగిన కట్టుదిట్టాలు చేస్తే మీరు ఎలా హాని చెయ్యగలుగుతారు?"

"నేనెవరో తెలిస్తే కట్టుదిట్టాలు చెయ్యవచ్చు. తెలియదుగా ఇప్పుడప్పుడే..." అని టెలిఫోన్ పెట్టేశాడు.

యుగంధర్ చేతి గడియారం చూసుకున్నాడు. సరిగా మూడు నిమిషాలు మాత్రం మాట్లాడాడు. రాజుద్వారా టెలిఫోన్ కాల్ ఎక్కణ్నించి వస్తున్నదీ కనుక్కుని తనని పట్టుకునేందుకు అవకాశం యివ్వదలుచుకోలేదు హంతకుడు. భుజంగరావుకి టెలిఫోన్ సంభాషణ వివరాలు చెప్పాడు యుగంధర్.

"గుడ్ గాడ్! ఇంకేం చేస్తాము!" అని భుజంగరావు మంచంమీద చతికిల బడ్డాడు.

"భుజంగరావుగారు! అంత నీరసించకండి. పద్మకి కానీ, రాధకి కానీ యేమీ హాని కలగదనే నా నమ్మకం. ఒక విషయం జ్ఞాపకముంచుకోండి. ఎటువంటి పరిస్థితుల్లోనూ మీరు ఈ ఇంట్లోంచి బయటికి వెళ్ళకూడదు. చాలా జాగ్రత్తగా వుండాలి. ఇంకొక విషయం. హంతకుడు మీకు టెలిఫోన్ చెయ్యవచ్చు. తను చెప్పినచోటికి మిమ్మల్ని ఒంటిగా రమ్మనవచ్చు.

అతను చెప్పినట్లు చెయ్యకపోతే పద్మప్రియకి ఆపద కలుగుతుందని బెదిరించవచ్చు. మీరు బెదిరిపోకండి. మీరు అతనికి చిక్కనంత కాలమూ పద్మప్రియ సురక్షితంగా వుంటుంది. హంతకుడి దగ్గిర్నించి మీకేదైనా కబురు వస్తే వెంటనే నాకు తెలియజెయ్యండి" అన్నాడు యుగంధర్.

భుజంగరావు తల ఆడించాడు.

"నా హెచ్చరిక మీరు నిర్లక్ష్యం చేస్తే తర్వాత నేను కాని మరెవరు కాని మీకు యేమీ సహాయం చెయ్యలేరు" అన్నాడు యుగంధర్.

"జ్ఞాపకముంచుకుంటాను."

మళ్ళీ టెలిఫోన్ గణగణ మోగింది. భుజంగరావు త్రుళ్ళిపడ్డాడు. భయంగా చూశాడు టెలిఫోన్ వేపు. యుగంధర్ రిసీవర్ అందుకుని "యస్! ఆ! నేనే...వస్తున్నాను" అని రిసీవర్ పెట్టేసి "ఏ.సి. ఆఫీసుకి వెళ్లాలి. మరెవరికో ఎర్రనిగుర్తు ఉత్తరాలు వచ్చాయిట" అన్నాడు.

10

ఏ.సి. ఆఫీసుగదిలో ఇన్‌స్పెక్టర్ స్వరాజ్యరావు, పబ్లిక్ ప్రాసిక్యూటర్ గోవిందస్వామి కూర్చునున్నారు.

"రండి యుగంధర్! గోవిందస్వామిగారు మీకు పరిచయం వున్నారుగా" అన్నాడు ఏ.సి.

"లేకేం! ఈయనకీ ఎర్రని గుర్తు ఉత్తరాలు వచ్చాయా?"

"అవును. నాకు మొదటి ఉత్తరం నెలరోజుల క్రితం వచ్చింది. ఈ బెదిరింపు ఉత్తరాలు నాకు అలవాటయిపోయాయి. ఖాతరు చెయ్యను. వారం వారం ఓ ఉత్తరం వస్తూ వచ్చింది. నిన్నకూడా ఒకటి వచ్చింది. ఇవిగో" అని బల్లమీద వున్న కవర్లని చూపించాడు గోవిందస్వామి. కవర్లని తీసుకుని వాటిలో వున్న కాగితాలు ఒక్కొక్కటి బయటికి లాగి యుగంధర్ చూశాడు. భుజంగరావుకీ, చనిపోయిన మాధవన్‌కీ వచ్చినటువంటి కాగితాలే. ముందు వచ్చిన ఉత్తరాల్లో చిన్నగా వున్న ఎర్రని ఎక్స్ గుర్తులు పోనుపోను పెద్దవి అయాయి.

"ఈ ఉత్తరాలు ఎవరు పంపిస్తున్నారో మీకెవరి మీదనైనా అనుమానం వుందా?" అడిగాడు యుగంధర్.

"భుజంగరావుగారి కోర్టులో చాలా కేసులు ప్రాసిక్యూట్ చేశాను. మాధవన్, నేనూ కలిసి పనిచేసిన కేసులు రెండే. ఒకటి దొంగనోట్ల కేసు. ఇంకొకటి

సుందరం హత్యకేసు. శివరాం అనే అతన్ని విచారించి శిక్ష వేశారు" అన్నాడు ప్రాసిక్యూటర్.

"మళ్ళీ శివరాం!" అన్నాడు యుగంధర్.

"అవును. శివరాం! ఆ జైలు అధికారులు అంత అజాగ్రత్తగా వుండడం యేమిటి? అందులోనూ జీవిత శిక్ష అనుభవించవలసినవాడి విషయంలో" అన్నాడు ఏ.సి.

"శివరాం ఎట్లా తప్పించుకున్నదీ వివరాలు ఏమయినా తెలిశాయా?" అడిగాడు యుగంధర్.

"జైలులో తన గదిలోంచి బయటికి వచ్చి కాపలా వున్న వార్డెన్‌ని తలమీద కొట్టి ఒక మూల పడేసి, అతని బట్టలు తను వేసుకుని జైలులోంచి బయటికి వెళ్ళాడు. అంతే! ఆ తర్వాత అతను యేమయిందీ, ఎటు వెళ్ళిందీ ఎవరికీ తెలియలేదు. రైలుస్టేషన్‌లో, బస్టాండ్‌లో, టాక్సీల వాళ్ళనీ అడిగి చూశారు. శివరాం ఎటు వెళ్లిందీ పత్తా లేదు."

పద్మప్రియ గురించి యుగంధర్ ఏ.సి.కి చెప్పాడు.

"వాటీజ్ దిస్! వీడెవడో మాంత్రికుడిలా వున్నాడు. నాకెందుకు వెంటనే రిపోర్ట్ చెయ్యలేదు? లా కాలేజీలో విచారిస్తే యేమయినా తెలిసేదేమో! ఇన్‌స్పెక్టర్! మీరు వెంటనే వెళ్ళండి" అన్నాడు ఏ.సి.

"యస్ సార్!" అని యిన్‌స్పెక్టర్ స్వరాజ్యరావు వెళ్ళిపోయాడు.

"అతని గురించి లా కాలేజీలో యేమీ తెలుస్తుందనుకోను. చాలా జాగ్రత్తగా చేస్తున్నాడు యీ పనులు. ఇన్‌స్పెక్టర్‌కి వృధా శ్రమ" అన్నాడు యుగంధర్.

"అయితే మనం యేం చేద్దాం? గోళ్ళు గిల్లుకుంటూ కూర్చునుండాలా! ఈ నగరంలో లా అండ్ ఆర్డర్ అనేది లేకుండా వాడెవడో తనకి ఇష్టం లేనివాళ్ళని హతమార్చి, యిష్టమయిన వాళ్ళని ఎత్తుకుపోతూ వుంటే మనం నక్షత్రాలు లెక్కపెడుతూ కూర్చోవాలా" అడిగాడు ఏ.సి.

యుగంధర్ జవాబు చెప్పలేదు. ప్రాసిక్యూటర్ గోవిందస్వామి చిన్నగా దగ్గి "నన్నేం చెయ్యమంటారు?" అడిగాడు. యుగంధర్ యేమీ చెప్పకముందే ఏ.సి. చెప్పాడు. "నేను యిక యేమాత్రం తాత్సారం చెయ్యదలుచుకోలేదు. రాత్రింబగళ్లు మీ యింటికి మఫ్టీలో వున్న సాయుధ కానిస్టేబుల్స్‌ని కాపలా వుంచుతాను. భుజంగరావుగారింటికీ అంతే. మీరెక్కడికి వెళ్లినా మీకూడా యిద్దరు వుంటారు."

గోవిందస్వామి చిన్నగా నవ్వి "నేను యెక్కడికి యెప్పుడెళ్ళేదీ ఆఫీసుకి రిపోర్ట్ చెయ్యాలా?" అడిగాడు.

ఏ.సి. తలవూపాడు.

"మీ ఒక్కరి విషయమే కాదు. మీ యింట్లో వాళ్ల విషయంలో కూడా తగిన జాగ్రత్త తీసుకోవాలి. పద్మప్రియ విషయం జ్ఞాపకం వుంచుకోండి" అన్నాడు యుగంధర్.

యుగంధర్ ఆ మాట చెప్పిన తరువాత గోవిందస్వామి మొహం పాలిపోయింది.

"కాలేజీలకి వెళుతున్న పిల్లలు?" అన్నాడు.

"తగిన కట్టుదిట్టాలు చెయ్యాలి" చెప్పాడు యుగంధర్.

"ఆల్‌రైట్!" అని "ఆ శివరాంని పట్టుకునేందుకు ప్రయత్నం చేస్తున్నారా?" అడిగాడు ప్రాసిక్యూటర్.

"ప్రయత్నాలా! డిపార్ట్‌మెంట్ అంతా అదే విషయం చూస్తున్నారు. రాష్ట్రంలో పోలీసు సిబ్బంది అంతా వెయ్యి కళ్లతో కనిపెడుతున్నారు. హోటళ్ళు, రైలుస్టేషన్‌లు, సినిమా హాల్సు, నలుగురు కలుసుకునే ప్రతిచోటా శివరాం ఫోటోలు అతికించాము. ప్రతి పోలీస్ కానిస్టేబుల్ జేబులో శివరాం ఫోటో లున్నాయి. రెండువేల రూపాయల బహుమానం ప్రకటించాము. పోలీసు ఉద్యోగి అయినా సరే బహుమానం యిస్తామన్నాము."

"అయితే ఆ శివరామ్ యెక్కువ కాలం తప్పించుకు తిరగలేడు" అన్నాడు గోవిందస్వామి.

11

డిటెక్టివ్ యుగంధర్ తన కన్సల్టింగ్ రూంలో సిగిరెట్ తర్వాత సిగిరెట్ తాగుతూ పచార్లు చేస్తున్నాడు. చాలా దీర్ఘంగా ఆలోచిస్తున్నాడని రాజుకి తెలుసు.

ఎర్రని గుర్తు వున్న బెదిరింపు ఉత్తరాలు తమకు వచ్చాయి అంటూ పోలీస్ కమీషనర్ ఆఫీసుకి మరొక నలుగురు వచ్చారు ఆవేళ సాయంత్రానికి. ఒకరు రిటైర్డ్ పోలీస్ డాక్టర్ మహితా. రెండో మనిషి పోలీసు డిపార్ట్‌మెంట్‌లో యింకా సర్వీస్‌లో వుండి రెండు నెలలనుంచీ సెలవుమీద వున్న వేలిముద్రల నిపుణుడు సుభాన్‌సింగ్. మూడో అతను బీటు కానిస్టేబుల్ వరదయ్య. ఓ

హత్యకేసులో ప్రత్యక్షసాక్షిగా సాక్ష్యం యిచ్చిన వై.యస్.మణి అనే యువకుడు నాలుగో మనిషి. ఆ నలుగురికీ సుందరం హత్యకేసుతో ఎటువంటి సంబంధమూ లేదు. ఆ ప్రత్యక్షసాక్షి మణి యింకేదో హత్యకేసులో సాక్ష్యం యిచ్చాడు.

"రాజూ! యీ కేసు గురించి నీ అభిప్రాయం యేమిటి?" అడిగాడు యుగంధర్.

"నాకేమీ అర్థంకాకుండా వుంది సార్! శివరామ్ కేసుతో ఎటువంటి సంబంధమూ లేనివాళ్ళకి కూడా ఎర్రని గుర్తు వుత్తరాలు వచ్చాయి. కనుక ఈ ఉత్తరాలు శివరామో, అతని తరఫున మరెవరో పంపించారని అనుకోవడానికి అవకాశం లేకుండా వున్నది" అన్నాడు రాజు.

"ఆ విషయమే నేనూ ఆలోచిస్తున్నాను. శివరాంకీ, ఈ ఎర్రని గుర్తు ఉత్తరాలకీ సంబంధమే లేదా? అయితే మాధవన్ హత్యకి నాలుగురోజుల క్రితం శివరాం జైలులోంచి ఎందుకు తప్పించుకున్నాడు? భుజంగరావుకీ, మాధవన్‌కీ, గోవిందస్వామికీ శివరాం కేసుతో సంబంధం వుండడం విషయం ఏమిటి? అది కాకతాళీయమా? వీళ్లందర్నీ హత్య చేస్తానని ఎవరో బెదిరించడానికీ, హత్య చెయ్యడానికి ప్రయత్నించడానికీ మనకి తెలియని కారణం యేదో వున్నదా? అంటే యేదో విధంగా వీళ్ళందరికీ సంబంధం వుండాలి కదా!" అన్నాడు యుగంధర్.

"అవును. క్రిమినల్ కేసులతో వీళ్లకి సంబంధం వుండి వుండాలి అని వాళ్ళ వృత్తినిబట్టి తెలుస్తూనే వుందిగా. ఆ ప్రత్యక్షసాక్షి మణి ఒక్కడికీ తప్ప."

యుగంధర్ తలవూపాడు. "అవును. అతని విషయం ఆరా తియ్యాలి. ఏ.సి. ఆ కేసు తాలూకు వివరాలు పంపుతానన్నాడు. ఇంకా రాలేదు. ఒకసారి జ్ఞాపకం చెయ్యి."

రాజు ఏ.సి. ఆఫీసుకి ఫోన్ చేసి "ఇప్పుడే పంపించారుట సార్" అన్నాడు.

అంతలో ఏ.సి. ఆఫీసు నుంచి ఒకతను వచ్చి యుగంధర్‌కి ఓ పొడుగాటి కవరు ఇచ్చాడు. యుగంధర్ చదివి ఒక్కొక్క కాగితమే రాజుకిచ్చాడు. అది ఒక దొమ్మీ కేసు. సెవెన్ హిల్స్ దగ్గిర రెండు రౌడీ ముఠాల మధ్య తగాదా వచ్చింది. కొట్టుకున్నారు. సోడాబుడ్లు విసిరేసుకున్నారు. ఒకతను కత్తితో ఇంకొకతనిని పొడిచాడు. అతను వెంటనే ప్రాణాలు విడిచాడు. మధ్యాహ్నం భోజనానికి అప్పుడే యింటికి వచ్చిన వై.ఎస్. మణి ఆ పోట్లాట కళ్ళారా

చూశాడు. పోలీసులు రాగానే జరిగింది వివరంగా చెప్పాడు. తర్వాత కత్తితో పొడిచిన అతన్ని పోలీసులు పట్టుకున్నప్పుడు గుర్తుపట్టాడు. ప్రాసిక్యూటర్ ముఖ్యసాక్షిగా మణి బోను ఎక్కాడు. హంతకుడికి పదేళ్ళు శిక్ష, మిగతా పన్నెండుమందికి యేడాది శిక్ష విధించారు. ఆ కేసు విచారణ రెండేళ్ళక్రితం పూర్తి అయింది. అవీ వివరాలు. ఆ కేసులో భుజంగరావు కానీ, ప్రాసిక్యూటర్ గోవిందస్వామి కానీ, ఎర్రని గుర్తు ఉత్తరాలు వచ్చిన మరెవరు కానీ పాల్గొనలేదు. మణి ఒక్కడికే సంబంధం వుంది.

రాజు ఆ కాగితాలు మడిచి కవరులోపెట్టి "యేమీ అర్థం కాకుండా వున్నది. ఈ కేసుతో భుజంగరావుకి గాని తదితరులకి గాని యేమీ సంబంధం లేదే" అన్నాడు.

యుగంధర్ తలవూపి "లేదని మనం అనుకుంటున్నాము. యేదో సంబంధం వుండి వుండాలి" అన్నాడు.

అంతలో చెవులు చిల్లులు పడేటట్లు టెలిఫోన్ గణగణ మోగింది. రాజు రిసీవర్ తీసుకున్నాడు. "ఆ! చెపుతాను. బయలుదేరి వచ్చేస్తాం" అని రిసీవర్ పెట్టేసి "ప్రాసిక్యూటర్ గోవిందస్వామి హత్య చేయబడ్డాడట. ఏ.సి. ఫోన్ చేశారు" అన్నాడు.

"అయ్యో! అంత కట్టుదిట్టమయిన రక్షణ యేర్పాటు చేసినా ప్రయోజనం లేకపోయిందా! యెలా జరిగింది?" అడిగాడు యుగంధర్.

"వివరాలు యేవీ ఏ.సి.కే తెలియవుట. మిమ్మల్ని వెంటనే రమ్మన్నారు" అన్నాడు రాజు. యుగంధర్ కోటు వేసుకుంటున్నాడు. కారు షెడ్లోంచి తీసుకురావడానికి రాజు వెళ్ళాడు. అంతలో మళ్ళీ ఫోన్ మోగింది.

"యుగంధర్ స్పీకింగ్!" అని కళ్ళు చిట్లించి "అవును మీ గొంతు గుర్తుపట్టాను" అన్నాడు.

"వెరీగుడ్! ప్రాసిక్యూటర్ గోవిందస్వామిని హతమార్చాను."

"ఆ విషయం ఇప్పుడే తెలిసింది. మీరు వీళ్లమీద యెందుకు అంత కసి పెట్టుకున్నారు? మీకు ఏం అపకారం చేశారు వీళ్ళంతా?" అడిగాడు యుగంధర్.

అవతలనించి నవ్వు వినపడింది. "తెలుసుకోవాలని వుందికదూ! నేను చెపితేగాని యెవరికీ తెలియదు."

"ఎందుకు చెప్పకూడదు?"

"చెపితే నేనెవరో తెలిసిపోవచ్చు."

"మీరెవరో యెప్పటికీ కనుక్కోలేమనా మీ ఉద్దేశ్యం?"

"కనుక్కోవచ్చు. చివరికి నా అంతట నేనే మీ ఆఫీసుకి వచ్చి మీకు పట్టుబడవచ్చు. అంతలోగా పట్టుకోలేరు. నా పని పూర్తి కావాలి."

"ఏమిటా పని? వీళ్ళనందర్నీ హతమార్చడమేనా?" అడిగాడు యుగంధర్.

"అవును. తప్పా! ఒక మనిషి నేరం చేశాడా లేదా నిర్ణయించి ఆ మనిషి దోషని నిశ్చయించి, అతని ప్రాణం తీయడానికి వీళ్ళందరికీ వున్న అధికారం నాకు లేదా?"

యుగంధర్ క్షణం మౌనంగా వుండి "కోర్టులో నలుగురి ముందూ విచారించి నేరం చేసినట్లు రుజువు అయితేనే శిక్ష విధిస్తారు. కాని వాళ్ళ ఇష్టప్రకారం చేయటం లేదుగా! చట్టప్రకారం చేస్తున్నారు. అది వాళ్ళ ఉద్యోగ ధర్మం" అన్నాడు.

"ఇది నా ఉద్యోగంగా పెట్టుకున్నాను, నా ఉద్యోగ ధర్మం. ఒక మనిషిని హంతకుడనో, హంతకురాలనో నిర్ణయించి ఆ మనిషి ప్రాణం తియ్యడానికి వీళ్ళకేం అధికారం వుంది? వీళ్ళు దేవుళ్ళా?" అని రిసీవర్ పెట్టేశాడు అవతల మనిషి.

12

ప్రాసిక్యూటర్ గోవిందస్వామి ఇంటిముందు కార్లు, వ్యాన్‌లు, పోలీసులు, జనం. రాజు కారు వీధిలో ఆపాడు. లోపలికి యెవర్నీ వెళ్ళనివ్వకుండా కాపలా వున్న పోలీసులు యుగంధర్ని చూడగానే సెల్యూట్ చేశారు.

కమీషనర్ ఆఫ్ పోలీస్, ఇన్‌స్పెక్టర్ జనరల్ హాల్లో నిలుచునున్నారు.

"వాటీజ్ దిస్ యుగంధర్! చాలాఘోరం! డిపార్ట్‌మెంట్ నవ్వులపాలయి పోయింది. ఈ పట్టణంలో పోలీసులని యెవరు లెక్క చేస్తారు? యెవరు పోలీసువాళ్లని గౌరవిస్తారు?" అన్నాడు ఐ.జి. ఆవేశంతో.

"యుగంధర్! ఈ కేసులో మీకు కూడా ఇంట్రస్టు వున్నదనీ, మీరు పోలీసు డిపార్టుమెంటుతో కలిసి దర్యాప్తు చేస్తున్నారనీ ఏ.సి. చెప్పగానే నేను చాలా ధైర్యంగా వున్నాను" అన్నాడు కమీషనర్.

లోపల్నించి యేడుపులు వినిపిస్తున్నాయి. టెలిఫోన్ ఆగకుండా మోగుతోంది. ప్రాసిక్యూటర్ స్నేహితులు సంతాపం తెలియచెయ్యడానికి ఫోన్ చేస్తున్నారు.

“డామిట్! రిసీవర్ తీసి కిందపెట్టండి” అన్నాడు ఐ.జి. చాలా విసుగ్గా.

“హత్య యెలా జరిగింది?” అడిగాడు యుగంధర్.

“ఇద్దరు పోలీసు కానిస్టేబుల్స్ గేటువద్ద, యిద్దరు మఫ్టీలో గోవిందస్వామి గదిముందు కాపలా వుండగా యెలా ఈ హత్య జరిగిందని అడగండి. రేపు పత్రికల్లో అందరూ అడగబోయే ప్రశ్న అదే” అన్నాడు కమిషనర్.

యుగంధర్ మౌనంగా వుండిపోయాడు.

“మేడమీద గదిలో కిటికీ దగ్గిర గోవిందస్వామి రక్తపుమడుగులో పడి వున్నాడు. తెల్లారిన తర్వాత ఆయన భార్య కాఫీ ఇవ్వడానికి ఆయన గదిలోకి వెళ్లినపుడు చూసింది. వెంటనే అందర్నీ లేపింది. మాకు ఫోన్ చేశారు” అన్నాడు కమిషనర్.

“నలుగురు పోలీసులు కాపలా వుండగా యెలా వచ్చాడు హంతకుడు?” అన్నాడు యుగంధర్.

“అదే నాకు అర్థంకాకుండా వుంది. పైగా పగలు ఒక జట్టు, రాత్రి ఒక జట్టు యేర్పాటు చేశాం. వాళ్లని కన్ను ముయ్యవద్దని హెచ్చరించాం. రండి! ఏ.సి. ఇన్‌స్పెక్టర్ స్వరాజ్యరావు, పోలీసు సర్జన్ హత్య జరిగిన గదిలో వున్నారు.”

యుగంధర్ కమిషనర్‌తో మేడమెట్లు యెక్కాడు. యుగంధర్‌ని చూసి ఏ.సి. తలవూపాడు. స్వరాజ్యరావు యుగంధర్ని దీనంగా చూశాడు. పెద్దకిటికీ, కిటికీకి ఊచలు, ఆ కిటికీకి కిందపడున్నాడు ప్రాసిక్యూటర్ గోవిందస్వామి. ‘ఈ తలుపు బైట కన్నుముయ్యకుండా కాపలా వున్నాం’ అన్నారు ఆ యిద్దరు పోలీస్ కానిస్టేబుల్స్” అన్నాడు ఏ.సి.

“బయటినించే కాల్చి వుండాలి” అన్నాడు స్వరాజ్యరావు.

“ఇంతదూరం పిస్తోలుతో యెలా కాలుస్తాడు?”

“రైఫిల్ అయివుండవచ్చు” సూచించాడు యుగంధర్.

“ఎక్కణ్ణించి?”

“అదుగో ఆ చెట్టుమీదనించి. సరిగా గురిచూస్తే సరి” అన్నాడు యుగంధర్. ప్రహరీగోడకి అవతల, పేవ్‌మెంట్ పక్కన ఓ పెద్ద చెట్టున్నది. గుబురుగా వున్న ఆకుల మధ్యనించి సూర్యకిరణాలు సన్నగా వస్తున్నాయి.

"రాజూ! వెళ్ళిచూడు" చెప్పాడు యుగంధర్.

"రైఫిల్ పేల్చిన చప్పుడు మన కానిస్టేబుల్స్‌కి వినిపించి వుండదూ?" అడిగాడు ఐ.జి.

"వాళ్లని అడగాలి" అన్నాడు ఏ.సి. ఇన్‌స్పెక్టర్ వైపు చూసి. స్వరాజ్యరావు వెంటనే గదిలోంచి బయటికి వెళ్లాడు.

పోలీస్ సర్జన్ పరీక్ష పూర్తిచేసి "యేముంది చెప్పడానికి? గుండు నుదుటి మీద గుచ్చుకుంది. లోపలికి వెళ్లింది. రక్తం కారింది. గుండు తగిలిన మరుక్షణం ప్రాణం పోయి వుండాలి. రాత్రి పదకొండు గంటలకీ, పన్నెండు గంటలకీ మధ్య చనిపోయి వుండాలని ఉజ్జాయింపుగా చెప్పగలుగుతున్నాను. అంతకన్నా కరెక్ట్‌గా చెప్పాలంటే శవపరీక్ష చెయ్యవలసిందే" అన్నాడు.

"బయటికి చూస్తూ కిటికీ దగ్గర నిలుచునుండాలి కదూ!" అన్నాడు ఏ.సి.

"ఏమో! గుండు చాలా దూరాన్నించి వచ్చివుండాలి. అంతే చెప్పగలను" అన్నాడు సర్జన్.

రాజు, స్వరాజ్యరావు గదిలోకి వచ్చారు. అందరూ రాజువైపు చూశారు.

"యస్ సార్! ఎవరో చెట్టు ఎక్కినట్లు స్పష్టంగా కనబడుతోంది. బూట్లతో నొక్కినట్టు రెండుచోట్ల బెరడు చితికిపోయింది. ఈ కిటికీకి సరిగా ఎదురుగా కూర్చునేందుకు రెండు కొమ్మలమధ్య చోటున్నది. హంతకుడు ఆ చెట్టు ఎక్కి రైఫిల్‌తో కాల్చివుండాలి" అన్నాడు రాజు.

"అవును. రాత్రి పదకొండున్నర ప్రాంతాల ఠప్‌మని చప్పుడు వినిపించింది. గేటుదగ్గర కాపలా వున్న కానిస్టేబుల్ ఆ చప్పుడు ఇంట్లోంచి రాలేదనీ, బైటనించి వచ్చిందని తెలుసుకుని కారో, మోటార్‌సైకిలో బాక్ టైర్ పంక్చర్ అయివుంటుందని అనుకున్నాడట" చెప్పాడు ఏ.సి.

"ఏడవలేకపోయాడు! వెంటనే చూసివుంటే చెట్టుమీద కూర్చున్న హంతకుడు దొరికేవాడు" అన్నాడు కమిషనర్.

"ఆ కానిస్టేబుల్‌ని నిందించడం అన్యాయం. గోవిందస్వామి ఇంట్లో వున్నాడని కానిస్టేబుల్‌కి తెలుసు. వీధిలో ఎక్కడో ఠప్‌మని చప్పుడయితే చెట్టుమీదనించి ఎవడో రైఫిల్ పేల్చివుంటాడని ఎలా అనుకుంటాడు? ఆ చెట్టు విషయం జాగ్రత్త అని అతనికి ముందే చెప్పివుండవలసింది" అన్నాడు యుగంధర్.

"యస్! యు ఆర్ కరెక్ట్! గోవిందస్వామి రక్షణకి యేర్పాట్లు చేసినవాళ్ళు ఆ చెట్టు కొట్టించవలసింది" అన్నాడు కమిషనర్.

ఇన్‌స్పెక్టర్ స్వరాజ్యరావు, ఏ.సి. మొహాలు ముడుచుకున్నారు. అది మందలింపని వాళ్ళకి తెలుసు.

"ఆ రైఫిల్ చప్పుడు విన్న కానిస్టేబుల్‌ని దయచేసి పిలుస్తారా?" అడిగాడు యుగంధర్.

వెంటనే సార్జంట్ శివం బయటికి వెళ్ళి నిముషంలో ఒక కానిస్టేబుల్‌తో తిరిగి వచ్చాడు.

"నువ్వు గేటుదగ్గరే రాత్రంతా కాపలా వున్నావా?"

"అవును సార్."

"కారు బాక్‌టైర్ పంక్చర్ అయినట్లు చప్పుడు వినిపించిందిటగా నీకు. రాత్రి ఎన్ని గంటలకు వినిపించింది?" అడిగాడు యుగంధర్.

"పదకొండు గంటలు దాటి వుంటుంది సార్! నేను టైం చూడలేదు."

"సరే, ఆ సమయంలో గేటుదగ్గిర కాని, ఆ చెట్టు ప్రాంతాలగాని యెవర్నయినా చూశావా?"

ఆ కానిస్టేబుల్ ఓ నిముషం ఆలోచించి "గేటు దగ్గిర ఎవర్నీ చూడలేదుసార్! చప్పుడయిన తర్వాతో ముందో జ్ఞాపకం లేదు కాని ఆ చెట్టు వెనకనించి ఓ మనిషి పేవ్‌మెంట్ మీదికెళ్ళి అటు వెళ్ళిపోయాడు సార్" చెప్పాడు.

"అతని చేతిలో ఏమున్నది?"

"దూరాన్నించి నాకు సరిగా కనిపించలేదు కాని భుజంమీద కొన్ని కర్రలున్నాయి."

"మనిషి యెలా వున్నాడు? నువ్వు మొహం చూసి వుండవు. భారీగా వున్నాడా?"

"లేదు సార్! బాగా వొంగిపోయి వున్నాడు. ముసలాడిలా నడిచాడు."

"సరే! ఇక నువ్వు వెళ్లవచ్చు" అని పోలీసు ఉద్యోగులవైపు తిరిగి "చాలా చాకచక్యంగా చేశాడు. ముసలాడి వేషం వేసుకుని, భుజంమీద మూడునాలుగు కర్రలు పెట్టుకుని వాటిమధ్య రైఫిల్ దాచాడు. ఇటునించి కాక అటునించి వచ్చి చెట్టు వెనక్కి వెళ్ళాడు. యెవరూ తనని చూడటంలేదని నిశ్చయించుకుని చెట్టు యెక్కాడు. ఆ చెట్టు ఆకుల మధ్య కూర్చుంటే యెవరికీ కనపడడు. అయిదు నిమిషాలే కూర్చున్నాడో, గంటో గంటన్నరో కూర్చున్నాడో, ఎంతసేపు

కాచుకున్నాడో మనం వూహించలేము. గోవిందస్వామి ఎందుకో కిటికీ దగ్గిరికి వెళ్లి బయటికి చూస్తున్నపుడు గురిచూసి రైఫిల్ పేల్చి వుంటాడు” అన్నాడు యుగంధర్.

“ఈ వివరాలనుబట్టి హంతకుడి విషయం యేమైనా ఊహించగలరా?” అడిగాడు ఐ.జి.

“కొన్ని విషయాలు ఊహించవచ్చు. హంతకుడు సులభంగా చెట్టు యెక్కగలడు. మంచి దృష్టి వుండివుండాలి. కనుక వృద్ధుడు కాడు. చాలా తెలివైనవాడనీ, ధైర్యం వున్నవాడనీ, తెగించినవాడనీ అనుకోవచ్చు.”

“అతన్ని వెంటనే పట్టుకునేందుకు మీరేమైనా సూచనలు యివ్వగలరా?” అడిగాడు కమిషనర్

యుగంధర్ నవ్వి “అంత సులభం కాదనుకుంటాను. హంతకుడు యెన్నాళ్ళనించో యీ హత్యలకి ఏర్పాట్లు చేసుకుంటున్నాడు. గోవిందస్వామి హత్య విషయంలో ఆ విషయం రుజువు అవుతోంది. ఆయన ఇంటికి పోలీసులు కాపలా వుంటారనీ, ఇంట్లో జొరబడి హత్య చెయ్యడానికి వీలుండదనీ హంతకుడికి ముందే తెలిసివుండాలి. అందుకే ఆ చెట్టు చూసుకుని హత్య యెలా చెయ్యవచ్చో ముందే ఆలోచించుకుని వుంటాడు. ఇప్పుడు మనం చెయ్యవలసిన పని మిగతావాళ్ళకు పటిష్టమైన రక్షణ ఏర్పాటు చెయ్యడం. వాళ్లని హత్య చెయ్యడానికి హంతకుడికి ఏమాత్రం అవకాశం లేకుండా చెయ్యాలి” అన్నాడు.

“యస్! అది చాలా ముఖ్యం. కిటికీలు, వాటికి యెదురుగా వుండే చెట్లు మొదలైన వాంటేజి పాయింట్లన్నీ చాలా జాగ్రత్తగా చూడండి. ఇంకో హత్య జరగడానికి వీల్లేదు” అన్నాడు ఐ.జి.

కమిషనరు, ఏ.సి. ఒకరి మొహం ఒకరు చూసుకున్నారు. “హంతకుడికి మీ పోలీసు డిపార్ట్‌మెంట్ మీద చాలా ద్వేషమూ, యేం చెయ్యలేరనే చులకన భావమూ వున్నట్లున్నది” అన్నాడు యుగంధర్.

“ఎందుకని?” అడిగాడు కమిషనర్.

“ఎఱ్ఱగుర్తు ఉత్తరాలు పంపి, ముందు నోటీసిచ్చి హత్యలు చేస్తున్నాడంటే పోలీసు డిపార్ట్‌మెంటుని నవ్వులపాలు చేసి, అప్రదిష్ట తేవాలని సంకల్పించాడను కోవచ్చు” అన్నాడు యుగంధర్.

“యస్! యస్! అదీ ఒక పాయింటే!” అని తలవూపాడు ఐ.జి.

13

"ఎవరు మీరు? మిమ్మల్ని నేనెప్పుడూ చూడలేదే! తాతగారిమీద గాని, నామీద గాని మీకెందుకింత ద్వేషమో ఊహించలేకుండా వున్నాను" అన్నది పద్మప్రియ.

ఆమె బంధింపబడిన గదిలోకి వచ్చిన అతను చిన్నగా నవ్వి, తలుపుకి అడ్డంగా కుర్చీ లాక్కుని కూర్చుని "అవును. ఊహించడం చాలా కష్టం. ఆ డిటెక్టివ్ యుగంధరే తెలియక బుర్ర బద్దలు కొట్టుకుంటున్నాడు" అన్నాడు. గదిలోకి వెలుగు, గాలీ బాగా వస్తున్నాయి. బల్ల వేసుకుని యెక్కినా అందనంత యెత్తుగా నాలుగు కిటికీలున్నాయి.

పద్మప్రియ అతన్ని పరీక్షగా చూసింది. నల్లటిజుట్టు, పెద్ద మీసాలు, సన్నగా, పొడుగ్గా వున్నాడు. నలభై యేళ్ళ మనిషిలా కనిపిస్తున్నాడు. తీరు, భాష, ఉచ్ఛారణ బట్టి చదువు సంస్కారం వున్న మనిషిలా వున్నాడు. "నన్ను, రాధని ఇక్కడికి ఎందుకు తీసుకువచ్చారు?" అడిగింది. మంచంమీద పడుకుని నిద్రపోతోంది రాధ.

అతను మళ్ళీ నవ్వి, "నన్ను గుర్తుపట్టకుండా రాధని తీసుకువచ్చాను. రాధని చూసుకునేందుకు నిన్ను తీసుకువచ్చాను" అన్నాడు.

పద్మప్రియ నిప్పులు కక్కుతూ అతన్ని చూసి "నన్ను చంపదలచుకుంటే ఆ పని త్వరగా కానివ్వండి" అన్నది.

"నా మాట నువ్వు నమ్మడంలేదన్న మాట. నీకు కానీ, రాధకి కానీ ఎటువంటి హానీ చెయ్యాలన్న ఉద్దేశం లేదు నాకు. రాత్రి నీకు భోజనం తెచ్చిపెట్టిన మా పనిమనిషిని చూసి రాధ దడుసుకుంది. ఒకటే ఏడుపు. అందుకని నిన్ను తీసుకొచ్చాను. రాధకి నీ దగ్గిర చనువు వున్నదని నాకు తెలుసు. సునీత కోసం అప్పుడప్పుడు నువ్వు వాళ్లింటికి వెళ్ళేదానివి కదూ?" అన్నాడతను.

"నన్నూ, రాధనీ ఇక్కడ ఎంతకాలం నిర్బంధించదలుచుకున్నారు?"

"ఏమో! నాకే తెలియదు. నా పని పూర్తి కాగానే మిమ్మల్ని మీ యిళ్ళకు పంపేస్తాను."

"ఏమిటా పని?"

"ఇంకా కొంతమంది వున్నారు. వాళ్ళని శిక్షించాలి."

"ఎందుకు? వాళ్ళు మీకేం అపకారం చేశారు? మా తాతగారు మీకేం హాని చేశారు?"

అతను గొంతు సవరించుకుని యేదో చెప్పబోయి మనస్సు మార్చుకొని "చెప్పను. చెపితే నేనెవరో తెలిసిపోతుంది. నేనెవరో నీకు తెలిసినా, నీ ద్వారా యుగంధర్‌కి తెలిసినా అది నీకే క్షేమం కాదు" అన్నాడు.

"నాకు తెలిస్తే యేం? నేను యిక్కడ మీ బందీగా ఉన్నానుగా?"

"అవును. ఒకవేళ నువ్వు యెట్లాగో యిక్కణ్ణించి తప్పించుకుని పారిపోతే నా విషయం బయటపెట్టకుండా నిన్ను చంపవలసి వస్తుంది. అటువంటి పరిస్థితి యేర్పడేటట్లు యెందుకు చెయ్యడం?"

అతన్ని ఎంత రెట్టించినా, ఎంత అడిగినా ప్రయోజనం లేదని పద్మప్రియ గ్రహించింది. "పోనీ మీ పని ఎప్పుడు పూర్తి అవుతుందో, మమ్మల్ని ఎప్పుడు విడిచిపెడతారో చెప్పగలరా?" అడిగింది.

"అదీ చెప్పలేను. భయపడవద్దనీ, దిగులుపడవద్దనీ నీకు చెప్పడానికే వచ్చాను. నీకుగాని, రాధకు గాని ఎటువంటి హానీ జరగదని మరొకసారి చెపుతున్నాను. నీకు యేం కావలసినా యిస్తాను. అదుగో ఆ అట్టమీద రాయి. రోజూ పనిమనిషి ఆ అట్ట నాకు చూపిస్తుంది. నీకు కావలసినవి వెంటనే పంపిస్తాను. ఆ బీరువానిండా పుస్తకాలున్నాయి. ఆ యింకో బీరువాలో బట్టలున్నాయి. ఆ డబ్బాల్లో బిస్కట్లు, చాక్‌లెట్లు వున్నాయి. రాధని చూసుకో" అని అతను లేచాడు.

"ఒక క్షణం ఆగండి" అన్నది పద్మప్రియ.

"ఏమిటి?"

"నేను క్షేమంగా వున్నానని తాతగారికి తెలియజెయ్యాలి. పాపం రాధ తల్లిదండ్రులకి కూడా తెలియజెయ్యాలి."

"యుగంధర్‌కి చెప్పాను. మీ యిద్దరూ క్షేమంగా వున్నారనీ, ఎటువంటి హానీ జరగదనీ హామీ ఇచ్చాను" అని అతను వెళ్ళిపోయాడు.

పద్మ మంచంమీద చతికిలబడ్డది. ఏమిటీ విచిత్రం? ఇతను హంతకుడా! నిర్దాక్షిణ్యంగా మనుషులను చంపేవాడికి తనమీదా, రాధ మీదా ఎందుకు ఈ కనికరం? ఒకే మనిషిలో అంతులేని ద్వేషం, పట్టలేని క్రౌర్యం ఒక పక్క- దయా, ప్రేమా ఇంకొక పక్కా వుంటాయా! ఇతనెవరో తెలుసుకునే కిటుకు అందులోనే వుందా! తను తప్పించుకునేందుకు యేదయినా మార్గం వుందా!

14

ఫస్టు పోస్టులో వచ్చిన ఉత్తరాలు చూస్తున్నాడు యుగంధర్. కొంతమంది క్లయింట్లు రాసిన ధన్యవాదాల ఉత్తరాలు, ఓ పెళ్లి యిన్విటేషన్, పుస్తకాల షాపువాళ్ల బిల్లు చూసి అవతల పెట్టి ఆఖరు కవరు చింపాడు. అందులోంచి తెల్లకాగితం బయటికి తీసి ఆశ్చర్యంతో దాన్ని చూసి రాజుకిచ్చి "నాకూ వచ్చింది" అన్నాడు.

రెండంగుళాల పొడుగు, ఒకటిన్నర అంగుళాల వెడల్పు వున్న తెల్లకాగితం. మధ్య చిన్న ఎర్రని గుర్తు. ఇంకో కాగితం.

రాజు పళ్ళు బిగించి "వీడికెంత ధైర్యం?" అన్నాడు.

యుగంధర్ నవ్వి "ఇదీ ఒకవిధంగా మంచిదే" అన్నాడు.

"అవును. మనజోలికి వస్తే పట్టుబడకుండా తప్పించుకోలేడు" అని రాజు అంటూ వుండగా టెలిఫోన్ మోగింది. యుగంధర్ రిసీవర్ తీసుకున్నాడు.

"యుగంధర్! మీకు ఇవాళ పోస్టులో ఒక ఉత్తరం వస్తుంది. అందులో వ్రాసిన విషయాల గురించి బాగా ఆలోచించండి. మళ్ళీ రాత్రి ఫోన్‌చేస్తాను. యేం నిర్ణయం చేసుకున్నదీ అప్పుడు చెప్పండి" అని యుగంధర్ జవాబు చెప్పకముందే డిస్కనెక్ట్ చేశాడు.

యుగంధర్ భుజంగరావుకి టెలిఫోన్ చేసి మళ్ళీ బెదిరింపు ఉత్తరమేమయినా వచ్చిందేమో అడిగాడు.

"లేదు. మీ మనుష్యులు నీడలా నావెంట వుంటున్నారు. నాకు ఆపద యేమీ జరగదు. కాని పద్మ..." అన్నాడు భుజంగరావు. అతని గొంతులో వణుకు స్పష్టంగా వినిపించింది.

"భయపడకండి. పద్మని సురక్షితంగా తీసుకురావడానికి నా శాయశక్తులా ప్రయత్నిస్తాను" అని రిసీవర్ పెట్టేశాడు యుగంధర్. తర్వాత ఏ.సి.కి ఫోన్ చేశాడు. "ఇంతవరకు మళ్ళీ యేం జరగలేదు. మిగతావాళ్ళ నందర్నీ చాలా జాగ్రత్తగా కాపలా కాస్తున్నాము. ఇంకో హత్య జరగనివ్వము. తెగించి ప్రయత్నించాడా హంతకుడు చిక్కిపోతాడు" అనిచెప్పాడు ఏ.సి. తనకీ ఎర్రని గుర్తు ఉత్తరం వచ్చిందని యుగంధర్ చెప్పగానే "మీకూ వచ్చిందీ! అయితే మీకూ వెంటనే రక్షణ యేర్పాటు చేయిస్తాను" అన్నాడు.

"అనవసరం. నా రక్షణ నేను చూసుకుంటాను. కొత్తగా యేమయినా జరిగిందేమో కనుక్కునేందుకు ఫోన్ చేశాను" అని రిసీవర్ పెట్టేశాడు యుగంధర్. దీర్ఘంగా ఆలోచిస్తూ గదిలో పచార్లు చెయ్యడం ప్రారంభించాడు. పదినిముషాలు చూసి "ఏమిటంత తీవ్రంగా ఆలోచిస్తున్నారు?" అడిగాడు రాజు.

యుగంధర్ నవ్వి "ఆలోచించడం తప్ప ప్రస్తుతం మనం చెయ్యగలిగిందేమీ లేదు. ఈ కేసులో మనం ఇంతవరకు చేసినదేమిటి? భుజంగరావు రక్షణకి యిద్దరు మనుష్యులను పంపాము. అంతేగా! హంతకుడెవరో, ఎందుకీ హత్యలు చేస్తున్నాడో యింతవరకు సూచనగానయినా తెలియలేదు. యే క్షణాన ఎవరిని యేవిధంగా హత్య చేస్తాడో తెలియక భయపడుతూ కూర్చున్నాము. అంతేగా" అన్నాడు.

"అంతకన్నా మనం యేం చెయ్యగలం! సూచనగా నయినా యేమీ తెలియనిదే!" అన్నాడు రాజు.

"అవును. అదే నేనూ అంటున్నది. మనకంటే తెలివయినవాణ్ణని హంతకుడు యిప్పటివరకూ రుజువు చేశాడు. మన కళ్ళముందు రాధని ఎత్తుకుపోయాడు. తర్వాత పద్మప్రియని ఎత్తుకుపోయాడు. గోవిందస్వామిని హత్య చేశాడు. ఈ పనులన్నీ ఎందుకు చేస్తున్నాడో వూహించలేకుండా వున్నాము. జైలునించి తప్పించుకున్న శివరాంకీ, ఈ హంతకుడికీ యేమయినా సంబంధమున్నదో లేదో తెలియడంలేదు."

"మనం యేదయినా ఎత్తువేసి ఆ హంతకుడి చేత తన ఆనవాలు బయట పెట్టించాలి."

"అదే ఆలోచిస్తున్నాను" అన్నాడు యుగంధర్.

అరగంట పచార్లు చేస్తూ ఆలోచించాడు. ఆష్ట్రే సిగిరెట్ పీకలతో నిండిపోయింది. ఉన్నట్లుండి కుర్చీలోంచి లేచి "అంతే! అలాగే చెయ్యాలి" అన్నాడు.

"ఏం చెయ్యాలి?" అడిగాడు రాజు.

యుగంధర్ చెప్పడం ప్రారంభించాడు.

15

డిటెక్టివ్ యుగంధర్ టెలిఫోన్ దగ్గిర కూర్చున్నాడు. సాయంకాలం మళ్ళీ ఫోన్ చేస్తానని చెప్పాడు హంతకుడు. అయిదుగంటలయింది. ఆ ఫోన్‌కాల్ కోసం కాచుకునున్నాడు. తను యేర్పాటు చేసిన ప్రకారం అన్నీ సక్రమంగా

జరిగితే ఈసారి హంతకుడు చిక్కితీరాలి. పోలీసు డిపార్ట్‌మెంట్‌లోని అందరు ఉద్యోగులు పాల్గొనే ఇంత పెద్ద వల ఇంత జాగ్రత్తగా ఇదివరకెన్నడూ తను వెయ్యలేదు. మద్రాసు నగరంలో వున్న అన్ని పబ్లిక్ బూత్‌ల దగ్గిరా మఫ్టీలో వున్న యిద్దరిద్దరు కానిస్టేబుల్స్ కాపలా వుండేట్లు యేర్పాట్లు చేశారు. ఏ.సి., స్వరాజ్యరావు టెలిఫోన్ ఎక్స్చేంజ్ మేనేజరు గదిలో కూర్చున్నారు. రాజు ఆటోమాటిక్ టెలిఫోన్ ఎక్స్చేంజ్ మిషను దగ్గిర ఒక టెలిఫోన్ ఆపరేటర్‌తో కాపలా వున్నాడు. చెవులకి హెడ్‌ఫోన్స్ పెట్టుకున్నాడు. యుగంధర్‌కి యెవరు ఫోన్ చేసి మాట్లాడినా ఆ మాటలు రాజుకి వినబడతాయి. హంతకుడు ఫోన్‌చేస్తే రాజు వెంటనే పక్కన వున్న స్విచ్ నొక్కాలి. ఆ స్విచ్ నొక్కిన మరుక్షణం హంతకుడు యే టెలిఫోన్ బూత్‌నించి మాట్లాడుతున్నాడో ఆ బూత్‌లో యెర్రదీపం వెలుగుతుంది. ఎర్రదీపం వెలగగానే ఆ బూత్‌దగ్గిర మఫ్టీలో కాపలా వున్న కానిస్టేబుల్స్ బూత్‌లో వున్న మనిషిని పట్టుకోవాలి. ఇదీ యేర్పాటు. హంతకుడు యే హోటలులోనో, షాపులోనో వున్న ప్రైవేట్ టెలిఫోన్ ఉపయోగించకుండా టెలిఫోన్ అధికారులు ప్రైవేట్ టెలిఫోన్ వున్నవాళ్ళందరికీ కొత్త మనిషిని యెవరినీ తమ టెలిఫోన్లు ఉపయోగించనివ్వ వద్దని ముందే చెప్పారు. టెలిఫోన్ బూత్‌లలో ఎర్ర దీపాలు ఏర్పాటు చెయ్యడం హంతకుడు తెలుసుకుని యుగంధర్‌కి ఫోన్ చెయ్యడం మానవచ్చు. అందుకని ఎర్రదీపాల యేర్పాటు చాలా రహస్యంగా చేశారు.

పోలీసులన్నా, యుగంధరన్నా హంతకుడికి చాలా చులకన భావం కలిగింది. అతనిలో ఆత్మవిశ్వాసం, తన శక్తిసామర్థ్యాలమీద నమ్మకం ఎక్కువయింది. అతను పట్టుపడేందుకు అవే కారణం కావచ్చునని పోలీసులు అనుకున్నారు. యుగంధర్‌కి ఫోన్ చేస్తాడనీ, పట్టుబడతాడనీ ఏ.సి., స్వరాజ్యరావు చాలా ఆశగా వున్నారు.

యుగంధర్‌కి సహనం ఎక్కువ. ఎంతటి ఉపద్రవం సంభవించినా, ఎటువంటి చిక్కులో ఇరుక్కున్నా ఆరాటపడకుండా ఆలోచించే మానసిక శిక్షణ అలవాటు చేసుకున్నాడు. అటువంటి యుగంధరే ఆరాటంతో క్షణ క్షణానికీ టెలిఫోన్ వంక చూస్తున్నాడు.

గణగణా గంట మోగింది. రిసీవర్ అందుకునేందుకు యుగంధర్ చెయ్యి జాపాడు. తనలో తను నవ్వుకున్నాడు. అది టెలిఫోన్ బెల్ కాదు. తలుపుకున్న కాలింగ్‌బెల్. చకచక వెళ్ళి తలుపు తీశాడు.

"యుగంధర్ గారున్నారా?"

"యస్!"

"మీతో అయిదు నిమిషాలు మాట్లాడాలి."

"ఇప్పుడు కాదు. రేపు రండి."

"ప్లీజ్! చాలా అవసరంగా మాట్లాడాలి. ఎర్రని గుర్తు ఉత్తరం గురించి మాట్లాడాలి."

ఆ మాట వినగానే యుగంధర్‌కి మతిపోయినట్లయింది. "సరే! రండి" అన్నాడు వెనక్కి తిరుగుతూ.

ఆ వచ్చిన మనిషి గదిలో అడుగుపెట్టి వెంటనే తలుపు మూసేశాడు. తలుపు మూసుకుంటున్న చప్పుడు విని వెనక్కి తిరిగాడు యుగంధర్.

"ప్లీజ్, తొందరపడి యేమీ చెయ్యకండి. చేతులు పైకెత్తి వుంచండి" అన్నాడు ఆ మనిషి. అతని చేతిలో పిస్తోలున్నది. సూటిగా యుగంధర్ ఛాతీకి గురిపెట్టాడు.

"ప్లీజ్! మిమ్మల్ని కాల్చడం నాకు యేమాత్రం యిష్టంలేదు" అన్నాడు అతను చాలా మర్యాదగా.

యుగంధర్ రెండుచేతులూ పైకి ఎత్తాడు. ఎర్రని గుర్తు ఉత్తరాలు పంపిన మనిషి ఇతనే అయితే అన్నింటికీ తెగించిన మనిషన్నమాట. బయట మెట్లమీద చీకటిగా వుండడంవల్ల అతన్ని సరిగా చూడలేకపోయాడు. ఇప్పుడు పరీక్షగా చూశాడు.

పొడుగ్గా, సన్నగా వున్నా బలహీనుడు కాదు, మొహానికి నల్లని బట్ట ముసుగుగా కట్టుకున్నాడు. కళ్ళదగ్గిర మాత్రం రెండు చిల్లులున్నాయి. చేతులకి నల్లని గ్లవుస్ తొడుక్కున్నాడు. తెల్ల షార్క్‌స్కిన్ పాంటు, అదే కోటు, తళతళ మెరుస్తున్న బూట్లు.

"చేతులు ఎత్తానుగా! తర్వాత!" అడిగాడు యుగంధర్.

"చేతులు ఎత్తిపెట్టి వుంచి వెనక్కి తిరిగి మీ గదిలోకి వెళ్ళండి" అన్నాడతను.

అతను తనని చంపడానికి రాలేదు. చంపదలుచుకుంటే మెట్ల దగ్గిర వున్నప్పుడే పిస్తోలు పేల్చి పారిపోయేవాడు. ఎర్రని గుర్తు ఉత్తరం తనకీ వచ్చింది. అంటే తనకీ అపాయం వుందని హెచ్చరించాడు. తను క్త జాగ్రత్తపడవలసింది. ఎవరో తెలుసుకోకుండా తలుపు తెరిచి వుండకూడదు.

మనస్సంతా టెలిఫోన్ కాల్‌మీద వుండడం వల్లా, హంతకుడు యేదో టెలిఫోన్ బూత్ దగ్గిర వుంటాడనుకోవడంవల్లా తలుపు తెరిచాడు.

"దయచేసి అలా కూర్చోండి. గోడవేపు మొహం పెట్టి, చేతులు పైకి ఎత్తివుంచండి."

అతను చెప్పినట్లు చేశాడు యుగంధర్.

"యుగంధర్‌గారూ! మిమ్మల్ని హత్య చెయ్యడానికి నేను యిక్కడకు రాలేదు. మీతో మాట్లాడడానికి వచ్చాను. కాని మీరు దురుసుగా ప్రవర్తించారా నిస్సంకోచంగా కాల్చివేస్తాను."

"తెలుసు" అన్నాడు యుగంధర్.

"మీతో టెలిఫోన్‌లో మాట్లాడాలనుకున్నాను. కాని మీరూ, పోలీసులూ కలిసి నన్ను పట్టుకోడానికి చాలా పెద్ద పన్నాగం పన్నారు. అందువల్ల నేనే స్వయంగా రావలసి వచ్చింది."

"ఊ"అన్నాడు యుగంధర్.

"నాకు మీమీద ఎటువంటి ద్వేషము లేదు. చాలా గౌరవం వుంది. దోషులను శిక్షించడంలో, నిర్దోషులను రక్షించడంలో మీకు మీరే సాటి అని తెలుసు. రెండేళ్ళ క్రితం మీరు ప్రభుత్వం పనిమీద విదేశాలకు వెళ్లి ఆరునెలల పాటు అక్కడ వుండిపోవడం నా దురదృష్టం" అన్నాడతను. యుగంధర్ మౌనంగా వుండిపోయాడు.

"ఇంకో గంటో రెండు గంటలో మనల్ని యెవరూ డిస్టర్బ్ చెయ్యరను కుంటాను. సావధానంగా మాట్లాడుకోవచ్చుగా!"

యుగంధర్ తలవూపాడు.

"యుగంధర్‌గారూ! ఎంతమంది పోలీసులు కాపలా వున్నా, ఎన్ని రక్షణ యేర్పాట్లు చేసుకున్నా ఓ మనిషిని చంపదలుచుకుంటే ఆపడం చాలా కష్టం. ఓ వారం రోజులో, నెలరోజులో మహా అయితే ఓ సంవత్సరమో జాగ్రత్తపడతారు. ఆ తర్వాత? మీరేమంటారు?" అడిగాడు అతను చనువుగా.

చదువుకున్నవాడని ఉచ్చారణ బట్టి తెలుస్తోంది. "హత్య చేయబోయే మనిషిని ముందే పట్టుకుంటే తప్ప లేకపోతే ఆ ప్రమాదం వున్నది" అన్నాడు యుగంధర్.

"ఇప్పటికి యిద్దర్ని చంపాను... రిటైర్డ్ సూపరింటెండెంట్ మాధవన్నీ, ప్రాసిక్యూటర్ గోవిందస్వామినీ. ఇంకా చాలామందిని హత్య చెయ్యదలుచుకున్నాను."

"ఎందుకు?"

"రాధ, పద్మప్రియ నా ఆధీనంలో వున్నారు. ఆ యిద్దర్నీ నేను చంపదలచుకుంటే యే క్షణాన్నయినా చంపవచ్చుగా?"

"అవును."

"మిగతావాళ్ళకి మీరు, పోలీసులు కలిసి కట్టుదిట్టమయిన యేర్పాట్లు చేస్తే అవకాశం దొరికేదాకా ఓపిగ్గా కాచుకుంటాను."

"ఆలోగా మిమ్మల్ని పట్టుకోవచ్చుగా?"

"నన్ను పట్టుకోలేరు. నేనెవరో మీకు తెలియదు. తెలిసినా పట్టుకోలేరు."

"నేరాలు చేసేవాళ్ళంతా అలాగే అనుకుంటారు."

అతను చిన్నగా నవ్వి "కావచ్చు. కాని నా విషయం వేరు. అతిశయంతో అంటున్న మాట కాదు. ఆ సంగతి యిప్పుడెందుకు గాని ముందు నే వచ్చిన పనేమిటో చెపుతాను వినండి. త్వరగా చెప్పడం మంచిది. సూపరింటెండెంట్ మాధవన్ మీదగాని, ప్రాసిక్యూటర్ గోవిందస్వామి మీదగాని వ్యక్తిగతంగా నాకు ద్వేషం లేదు. వాళ్ళ ఉద్యోగధర్మం వాళ్ళు నిర్వహించారు. అంతే!" అన్నాడు.

"ఏమిటది?"

"చెపుతాను. నిజానికి ఎవర్నికాని హత్య చెయ్యడం నాకు యిష్టంలేదు. చాలామందికి ఎర్రని గుర్తు ఉత్తరాలు పంపాను. పోలీసు అధికారులని భయపెట్టడమే నా ఉద్దేశ్యం."

"ఎందుకు?"

"ఉత్తరాలు పంపి యెవర్నీ హత్య చెయ్యకపోతే పోలీసులు నా ఉత్తరాలను లెఖ్క చెయ్యరు. చాలామందికి ఉత్తరాలు పంపాను. వాళ్ళల్లో యిద్దర్ని హత్య చేశాను. మిగతావాళ్ళని హత్య చేస్తానని పోలీసులు హడలి చస్తున్నారు."

"పోలీసులని హడలకొట్టడంవల్ల మీ కేమిటి ప్రయోజనం?"

"జీవితాంతం జైలుశిక్ష అనుభవిస్తున్న ఒక మనిషిని జైలులోంచి విడిపించాలి."

"ఎవరతను? శివరామా?"

"శివరామా! అతనెవరో నాకు తెలియదు."

"అతను ఈమధ్యనే జైలులోంచి తప్పించుకున్నాడు. మీరు విడిపించాలనుకుంటున్నది ఎవరిని?"

"నా కుమారుణ్ణి" అన్నాడతను. ఆ మాట అంటున్నప్పుడు అతని కంఠస్వరం కొద్దిగా వణికింది.

"మీ కుమారుడి పేరు? ఏం నేరం చేశాడు?" అడిగాడు యుగంధర్.

"ఏ నేరమూ చెయ్యలేదు. చేసిన నేరం అల్లా నిజం చెప్పడం."

"నేరం చెయ్యకపోతే శిక్ష ఎందుకు వేస్తారు?"

అతను నిట్టూర్చి "మనదేశంలో పోలీసులు, వాళ్ళ దర్యాప్తులు, కోర్టులో విచారణ, జడ్జీల తీర్పు చాలా న్యాయంగా, నిష్పక్షపాతంగా వుంటాయని నేను ఒప్పుకుంటాను. కాని ఒక్కొక్కప్పుడు యెవరో అబద్ధాలు చెప్పడం వల్లో లేక సాక్ష్యం అపార్థం చేసుకోవడంవల్లో నిర్దోషులని శిక్షించడం జరగవచ్చుగా" అన్నాడు.

"ఎప్పుడన్నా జరగవచ్చు కాని సామాన్యంగా జరగదు."

"అవును. సామాన్యంగా జరగదని నేనూ ఒప్పుకుంటాను. కాని నా కుమారుడి విషయంలో జరిగింది."

"అటువంటప్పుడు నేను విదేశాలనించి తిరిగి రాగానే నన్ను ఎందుకు కలుసుకోలేదు?"

"మిమ్మల్ని కలుసుకున్నా మీరు అప్పుడేం చెయ్యగలరు? అప్పీలు చేశాను. అప్పీలు కొట్టివేసి శిక్ష ఖాయపరిచారు. నా కొడుకు నిర్దోషి అని మీరు ఎట్లా రుజువు చేయగలరు?"

"నిర్దోషి అని నిశ్చయంగా తెలిపే సాక్ష్యాలు సంపాదిస్తే ఆ రుజువులు చూపిస్తూ గవర్నర్‌కి దరఖాస్తు పెట్టుకోవచ్చు."

"నిజమే కాని అప్పటికి కోర్టులలో, అధికారులలో నాకు నమ్మకం పోయింది."

"నమ్మకంపోయి ఏం చేశారు?"

"యావజ్జీవిత శిక్ష అనుభవిస్తున్న మనిషిని జైలునించి విడిపించడం అసాధ్యమని నాకు తెలుసు. కాని నా కొడుక్కి జరిగిన అన్యాయం

సహించలేకపోయాను. వాడొక్కడే నాకు. వాణ్ని జైలునించి విడిపించాలని నిశ్చయించుకున్నాను. ఆ ప్రయత్నంలో నా ప్రాణాలు కోల్పోవడానికీ సిద్ధపడ్డాను. నేను ప్రాణాలకి తెగించానని యిప్పుడైనా తెలుసుకోండి."

"ఆ విషయం నాకు మొదటినించీ తెలుసు."

"కనీసం ఇద్దర్నయినా హత్య చేస్తేగాని అధికారులు నా విషయం సీరియస్‌గా ఆలోచించరు. పోలీసు వుద్యోగులనీ, పెద్ద ఆఫీసర్లనీ బెదిరిస్తే తప్ప ఖంగారుపడరు. అందుకే మాధవన్‌నీ, గోవిందస్వామినీ హత్య చేశాను."

"పోలీసులను హడలగొట్టారని ఒప్పుకుంటాను. అందువల్ల మీకు కలిగిన ప్రయోజనం యేముంది? మీ కుమారుణ్ని యెలా విడిపిస్తారు?"

అతను నవ్వి "ఇప్పుడు బేరానికి సమయం వచ్చింది. రాజీకి వస్తారా?" అడిగాడు.

"యేమిటా బేరం? యేమిటా రాజీ?"

"అధికారులు నా కొడుకుని వదిలేసి విదేశాలకు వెళ్లిపోవడానికి పాస్‌పోర్ట్ ఇవ్వాలి. డబ్బువిషయం నేను చూసుకుంటాను. అందుకు ఒప్పుకుంటే నేను ఈ హింసాకాండ మానేస్తాను."

యుగంధర్ నవ్వి "మీరు రెండు హత్యలు చేశారు. మీకు మరణశిక్ష పడాలి. హత్యానేరానికి మీ కుమారుడు యావజ్జీవ శిక్ష అనుభవిస్తున్నాడు. ప్రభుత్వం మీతో రాజీకి వస్తుందని మీరెట్లా అనుకున్నారో నాకు అర్థం కావడంలేదు" అన్నాడు.

"అందుకే మిమ్మల్ని ఇప్పుడు కలుసుకున్నాను. పెద్ద ఆఫీసర్లతో, మంత్రులతో మీకు బాగా స్నేహం అనీ, పలుకుబడి వుంటుందనీ నాకు తెలుసు. వాళ్ళకి మీరు నచ్చచెప్పాలి. రాధా, పద్మప్రియా కాక ఇంకా కొంతమంది కూడా ఆపదలో వున్నారు. వాళ్ళను రక్షించేందుకు ఇదొక్కటే మార్గమని, ఒప్పుకోమని ఒత్తిడి చెయ్యండి."

"ఇటువంటి బేరానికి ప్రభుత్వం అంగీకరించదు."

"ప్లీజ్! బాగా ఆలోచించండి. రాధనీ, పద్మని నేను హత్య చెయ్యదలచుకుంటే యెవరూ ఆపలేరు. ఇంకా కొంతమందిని హత్య చెయ్యగలను. నాకు ఎవరూ అడ్డం రాలేరు. అన్ని ప్రాణాలు వృథాగా యెందుకు బలిస్తారు! మీకు రేపు సాయంకాలం వరకూ వ్యవధి ఇస్తున్నాను. నా షరతులకు ప్రభుత్వాన్ని మీరు

ఒప్పించలేకపోతే రేపురాత్రి ఇంకో హత్య జరుగుతుంది. వస్తాను" అని అతను వెళ్ళిపోవడానికి తయారైనాడు.

"మీ కుమారుడి పేరు చెప్పారు కాదు" అన్నాడు యుగంధర్.

"చెప్పను. నా షరతులకి ప్రభుత్వం ఒప్పుకుంటే అప్పుడు చెపుతాను."

అతని అడుగుల చప్పుడు దగ్గిరిగా వినిపించి యుగంధర్ వెనక్కి తిరగడానికి తల తిప్పాడు. వెంటనే కణతమీద గట్టిగా దెబ్బ తగిలింది. స్పృహ పోయింది.

16

"రండి యుగంధర్! మీ కోసమే కాచుకున్నాను" అన్నాడు గవర్నర్.

విశాలమైన హాలు, ఎత్తుగా వున్న కప్పు, గొలుసులకి వేళ్ళాడుతున్న ఎలక్ట్రిక్ దీపాలు, ఎన్నో ఫాన్‌లు, మెత్తని తివాసీ, గదిమధ్య తళతళ మెరుస్తున్న పెద్ద రోజ్‌ఉడ్ బల్ల, బల్లకి ఒకవైపున ముఖ్యమంత్రి, హోంమంత్రి కూర్చున్నారు. వాళ్ళపక్కన ఇన్‌స్పెక్టర్ జనరల్ ఆఫ్ పోలీస్, కమిషనర్ ఆఫ్ పోలీస్ కూర్చున్నారు.

"మీతో చర్చించనిదే ఏ నిర్ణయమూ చెయ్యకూడదని నేను సలహా యిచ్చాను" అన్నాడు ముఖ్యమంత్రి.

యుగంధర్ వెళ్ళి కమిషనర్ పక్కన కూర్చున్నాడు. యుగంధర్ పక్కన రాజు కూర్చున్నాడు.

"మీ అభిప్రాయం యేమిటి యుగంధర్?" అడిగాడు గవర్నర్.

"హంతకుడ్ని పట్టుకోవడం సులభంకాదు. కొంత వ్యవధి కావాలి. ఆలోగా అతను యింకా కొందరిని హత్య చేస్తాడు."

"అందరికీ కట్టుదిట్టమైన రక్షణ ఏర్పాట్లు చేస్తే యెలా హత్య చేస్తాడు?" అడిగాడు ముఖ్యమంత్రి.

"పద్మప్రియ అనే యువతి, రాధ అనే నాలుగేళ్ళ పిల్ల హంతకుడి ఆధీనంలో వున్నారు. వాళ్ళిద్దర్నీ యే క్షణాన అయినా చంపవచ్చు అతను. మనం యెలా ఆపగలం?" అన్నాడు యుగంధర్. అందరి మొహాలు వాడిపోయాయి. ఎవరూ మాట్లాడలేదు.

"ఇక మిగతావాళ్ళ రక్షణ గురించి ఆలోచిద్దాం. ఎర్రని గుర్తు ఉత్తరాలు వచ్చిన వాళ్ళకి మనం రక్షణ యేర్పాటు చెయ్యవచ్చు. కాని హంతకుడికి

వాళ్ళనే హత్య చెయ్యాలన్న పట్టుదల యేమీలేదు. మనల్ని బెదిరించి తన షరతులకి ఒప్పించడానికే హత్యలు చేస్తున్నాడు కనుక ఇంకెవరినైనా హత్య చెయ్యవచ్చు."

గవర్నరూ, ముఖ్యమంత్రీ ఒకరి మొహం ఒకరు చూసుకున్నారు.

"వీడెవడో తెలుసుకునే అవకాశం లేదా?" అడిగాడు హోంమంత్రి ఐ.జి.ని.

ఐ.జి. కమిషనర్ వేపు ప్రశ్నార్థకంగా చూశాడు. కమిషనర్ యుగంధర్ని చూశాడు.

"తెలుసుకోవచ్చు ననుకుంటాను" అన్నాడు యుగంధర్ నెమ్మదిగా.

"ఎలా! అయితే తాత్సారం దేనికి?" అడిగాడు ముఖ్యమంత్రి.

"తెలుసుకున్నా ప్రయోజనం వుండదనుకుంటాను. పేరూ, రూపమూ మార్చుకుని తిరుగుతూ వుంటాడు."

"ఆ విషయం తరవాత ఆలోచిద్దాము. అతనెవరో ముందు తెలుసు కుంటే..." అన్నాడు ఐ.జి.

అందరూ యుగంధర్ని రెప్పవాల్చకుండా చూస్తున్నారు. "హత్యానేరానికి తన కుమారుడికి యావజ్జీవ శిక్ష పడిందనీ, నేను విదేశాలకు వెళ్ళినప్పుడు ఆ కేసు విచారణ జరిగిందనీ చెప్పాడు. కనుక రెండేళ్ళ క్రిందట ఆ కేసు విచారణకు వచ్చివుండాలి."

అందరూ తలలు వూపారు.

"భుజంగరావునీ, ఇంకా కొందర్ని బెదిరించాడు. కానీ మాధవన్నీ, గోవిందస్వామినీ మాత్రమే హత్య చేశాడు. ఆ కేసు మాధవన్ దర్యాప్తు చేసినట్లు, గోవిందస్వామి ఆ కేసులో ప్రాసిక్యూటర్గా పనిచేసినట్లు అతని మాటలని బట్టి వూహించాను. అందుకే వాళ్లిద్దర్నీ హత్యచేసి వుంటాడు."

"అయితే ఆ కేసుతో యెలాటి సంబంధం లేని పద్మప్రియనీ, రాధనీ చంపుతాడని మీరెందుకు భయపడాలి?" అడిగాడు కమిషనర్.

అందరూ తలలు వూపారు.

"మనం తన షరతులకి ఒప్పుకునేట్టు చేయడానికి వ్యక్తిగతంగా కారణం ఏమీ లేకపోయినా హత్యలు చేస్తాడు ఇక."

"మాధవన్ రికార్డు ఫైలు తీసి చూస్తే హంతకుడు యెవరైనదీ తెలుస్తుందన్న మాట" అన్నాడు గవర్నర్.

యుగంధర్ తలవూపి "మాధవన్ దర్యాప్తు చేసినదీ, గోవిందస్వామి ప్రాసిక్యూట్ చేసినదీ యే కేసో చూడాలి" అన్నాడు.

"మీరు ఆ విషయం వెంటనే ఆరా తియ్యండి" అన్నాడు ముఖ్యమంత్రి ఐ.జి.తో.

"హంతకుడు ఎవరో తెలిసినా అతన్ని పట్టుకోవడం సులభం కాదంటున్నారు యుగంధర్" అన్నాడు గవర్నర్.

ముఖ్యమంత్రి తలవూపి "హంతకుడి షరతులు ఒప్పుకుని అతని కుమారుడ్ని వొదిలిపెట్టడమా, పెట్టకపోవడమా అనే విషయం మనం యిప్పుడు తేల్చుకోవాలి" అన్నాడు గవర్నర్ వేపు చూస్తూ.

ఎవరూ జవాబు చెప్పడానికి సిద్ధపడలేదు. హంతకుడి షరతులకు ఒప్పుకోకపోతే కనీసం ఇంకో రెండు అమాయక ప్రాణాలని బలివ్వవలసి వస్తుందని వాళ్ళకి తెలుసు. అయినా అతని షరతులు ఒప్పుకోవడం మంచిదని చెప్పడానికి యెవరూ సాహసించలేకపోయారు.

"ఒక హంతకుడి బెదిరింపుకు లొంగిపోయి ఇంకో హంతకుణ్ని జైలులోంచి వదిలిపెడితే రాష్ట్రంలో ప్రభుత్వమూ, పోలీసు సిబ్బందీ నవ్వులపాలవుతాయి. ప్రజలకి చట్టాలమీద గౌరవం పోతుంది" అన్నాడు ముఖ్యమంత్రి.

"అవును. దొంగలు, హంతకులు విర్రవీగిపోతారు. వాళ్ళే రాజ్యం యేలుతారు" అన్నాడు హోంమంత్రి.

"అయితే అంగీకరించమని హంతకుడికి చెపుతాను" అన్నాడు యుగంధర్.

అందరూ ఒకరి మొహం ఒకరు చూసుకున్నారు మళ్ళీ. ఆ నిర్ణయం చేసే బాధ్యత ఎవరూ తీసుకోదలుచుకోలేదు.

"యుగంధర్! మీ అభిప్రాయం చెప్పండి" అడిగాడు గవర్నర్.

"క్షమించాలి. నేనేం చెప్పలేను" అన్నాడు యుగంధర్.

రాజు యుగంధర్ని ఆశ్చర్యంతో చూశాడు. యుగంధర్ సామాన్యంగా తన అభిప్రాయమేమిటో చెప్పడానికి జంకడు. బాధ్యత తీసుకునేందుకు భయపడే మనిషి కాడు.

ఐ.జి. గొంతు సవరించుకుని "హంతకుడి షరతులకి మనం లొంగిపోకూడదు. అతన్ని పట్టుకునేలోగా మరికొందర్ని హత్య చెయ్యవచ్చు. అందుకు మనం సిద్ధపడాలి" అన్నాడు.

"అందరి అభిప్రాయం అదేనా?" అడిగాడు గవర్నర్.

"నేను ఐ.జి. అభిప్రాయంతో ఏకీభవిస్తున్నాను" అన్నాడు హోంమంత్రి.

"అది మీ డిపార్ట్‌మెంట్ కనుక మీ అభిప్రాయానికి విలువ యివ్వాలి" అన్నాడు ముఖ్యమంత్రి.

"అయితే ఈ సమావేశం ముగించవచ్చు. మీరంతా హంతకుణ్ని పట్టుకునేందుకు శాయశక్తులా ప్రయత్నించండి. ఇంకో హత్య జరగకుండా చూడండి" అన్నాడు గవర్నర్. అంతటితో ఆ సమావేశం ముగిసింది.

17

"ఆ! ఇదుగో! ఈ కేసే అయ్యుండాలి" అన్నాడు కమిషనర్.

"వివరాలన్నీ సరిగా సరిపోతున్నాయా?" అడిగాడు యుగంధర్.

కమిషనర్ తలవూపి "కేసును గురించి క్లుప్తంగా వ్రాసివుంది. చదవండి" అని ఫైలు యుగంధర్‌కి ఇచ్చాడు.

యుగంధర్ పైకి చదవడం ప్రారంభించాడు. రాజు, ఏ.సి., స్వరాజ్యరావు చెవులు అప్పగించి వింటున్నారు.

"మే పదహారవ తేదీన శేషాద్రి అనే యువకుడు దారుణంగా హత్య చెయ్యబడ్డాడు. అతను ఓ కంపెనీలో టైపిస్టుగా పనిచేసేవాడు. వయస్సు ఇరవై అయిదు సంవత్సరాలు. సైదాపేటలో ఓ మేడమీది గది అద్దెకు తీసుకుని వుండేవాడు. పదిహేడవ తేదీ ఉదయం ఇల్లు ఊడ్చే మనిషి వెళ్ళి తలుపు తొయ్యగానే తెరుచుకుంది. పక్కమీద రక్తపు మడుగులో పడివున్నాడు శేషాద్రి. రాత్రి పదిగంటల తర్వాత పన్నెండు గంటలకు ముందూ అతన్ని కత్తితో పొడిచి చంపినట్లు డాక్టరు అభిప్రాయం వెలిబుచ్చాడు. రాత్రి యెనిమిది గంటలకి మీనాక్షి అనే యువతి అతని గదికి వెళ్ళినట్లు తెలిసింది. ఆమె కాలేజీ విద్యార్థిని. గవర్నమెంట్ ఉద్యోగి కుమార్తె. ఆమె శేషాద్రితో అతని గదిలో వున్నట్లూ తర్వాత యింటికి వెళ్ళినట్లూ ఆమె చెప్పింది. తొమ్మిదీ ముప్పయికి ఇంటికి వచ్చినట్లు ఆమె తండ్రీ, తల్లీ, అన్నా, చెల్లెలు సాక్ష్యం ఇచ్చారు. మీనాక్షికి మరొక యువకునితో కూడా స్నేహం వుంది. అతని పేరు శిరీష్‌కుమార్. అతనికి ఇరవై ఆరేళ్ళు. మెడిసన్ చదువుతున్నాడు. అతని తండ్రి వీరభద్రరావు లాయర్. ఆయనకి శిరీష్ ఒక్కడే కొడుకు. శేషాద్రి, శిరీష్ ఇద్దరూ మీనాక్షిని ప్రేమించారు. శేషాద్రి శ్రీమంతుడు కాదు. అందంగా

వుంటాడు. సంపాదన తక్కువ. శిరీష్ డాక్టర్ కాబోతున్నాడు. తండ్రి సంపన్నుడు. కురూపి కాడు కాని అందగాడు కాడు. ఈ ఇద్దరిలో ఎవర్ని తన భర్తగా ఎన్నుకోవడమా అనే సందిగ్ధంలో వుంది మీనాక్షి. ఆమెకి శేషాద్రిమీద యెక్కువ ఇష్టం. మే పదహారవ తేదీ సాయంకాలం తను శేషాద్రిని వివాహం చేసుకోదలచానని శిరీష్‌కి చెప్పింది. శిరీష్ మీనాక్షితో పోట్లాడాడు. శేషాద్రినీ, ఆమెనూ సుఖంగా బ్రతకనివ్వనని బెదిరించాడు. వాళ్ళిద్దరి సంభాషణా విన్న ఓ హోటలు సర్వర్ సాక్ష్యం ఇచ్చాడు. శేషాద్రి గదిలో తలుపు గొళ్ళెం మీదా, అద్దంమీదా, రోజ్‌వుడ్ బల్లమీదా శిరీష్ వేలిముద్రలు కనిపించాయి. శిరీష్ వేసుకున్న తెల్ల కాన్వాస్ షూస్ మీద రక్తం మరకలున్నాయి. ఎనలైజ్ చెయ్యగా శేషాద్రి గ్రూపుకు చెందిన రక్తం అని తెలిసింది. హత్య చెయ్యడానికి ఉపయోగించిన కత్తి దొరకలేదు. రాత్రి పన్నెండు గంటలప్పుడు శేషాద్రి గదిలోంచి శిరీష్ బయటికి రావడం పక్కఇంట్లో వున్న ఆసామి చూశాడు. పన్నెండు గంటల ప్రాంతాలలో తన బండి యెక్కి శిరీష్ యింటికి వెళ్ళినట్లు సైకిల్ రిక్షా అతను సాక్ష్యం యిచ్చాడు. మొదట్లో తను శేషాద్రి ఇంటికి పదహారవ తేదీ రాత్రి వెళ్ళలేదన్నాడు కాని తరువాత మీనాక్షిని వివాహం చేసుకోవద్దనీ, అతనికి వచ్చేకొద్ది జీతంతో మీనాక్షిని సుఖపెట్టలేడనీ చెప్పడానికి వెళ్ళానని ఒప్పుకున్నాడు శిరీష్. తను వెళ్ళేటప్పటికే శేషాద్రి హత్య చెయ్యబడ్డాడనీ, నేరం తన మీదికి వస్తుందని భయపడి వెళ్ళలేదని మొదట్లో చెప్పాననీ అన్నాడు. సూచనాపూర్వకమైన సాక్ష్యం బలంగా వుండడం వల్ల శిరీష్‌ని అరెస్ట్ చేశారు పోలీసులు. సెషన్స్‌కోర్టులో విచారణ జరిగింది. శిరీష్‌కి యావజ్జీవ జైలుశిక్ష విధించాడు జడ్జి. అప్పీలులో శిక్ష ఖాయం అయింది. ఇన్‌స్పెక్టర్ నటరాజన్ సహాయంతో సూపరింటెండెంట్ మాధవన్ ఆ కేసు దర్యాప్తు చేశాడు. ప్రభుత్వం తరఫున గోవిందస్వామి ప్రాసిక్యూషన్ నిర్వహించాడు." అంతటితో చదవడం ఆపి "శిరీష్‌మీద అన్యాయంగా నేరం మోపలేదు కాని..." అన్నాడు యుగంధర్.

"కాని?" అడిగాడు కమిషనర్.

"చాలా బలమైన సాక్ష్యం వున్నమాట నిజమేకాని శిరీష్ హత్య చేశాడని నిర్ధారణగా చెప్పడానికి వీలులేదు."

"ఎందుకని?"

"హత్యకు ఉపయోగించిన కత్తి దొరకలేదు. అంతా సూచనాపూర్వకమైన సాక్ష్యమే కాని ప్రత్యక్షసాక్ష్యం ఏమీలేదు. శిరీష్ తండ్రి చెప్పినట్లు అన్యాయం జరిగి వుండవచ్చు."

"యుగంధర్! అప్పీలులో కూడా శిక్ష ఖాయం చేశారుగా!" అన్నాడు ఏ.సి.

"నిజమే. శిరీష్ నిర్దోషి అని నిశ్చయంగా అనడంలేదు నేను. నిర్దోషి అయివుండడానికి అవకాశం వుంది. అతని తండ్రి వీరభద్రరావు లాయర్. తన కొడుకుమీద ప్రేమకొద్దీ శిరీష్ నిర్దోషి అని వుండడు. అతను హత్యచేసి వుండవచ్చుననే అనుమానం యేమాత్రం వున్నా పోలీసులమీదా, ప్రభుత్వం మీదా ఇంత కచ్చ, ద్వేషం పెట్టుకోడు" అన్నాడు యుగంధర్.

"శిరీష్ దోషా, నిర్దోషా అనే సమస్య మనకనవసరం. మన సమస్య అదికాదుగా!" అన్నాడు కమిషనర్.

"అనవసరం యెందుకయింది! శిరీష్ నిజంగా నిర్దోషి అయితే, అన్యాయంగా అతనికి శిక్ష పడివుంటే ఆ అన్యాయం సరిదిద్దవలసిన బాధ్యత మనమీద వున్నది. వీరభద్రరావుని ఈ హత్యాకాండ మానమనీ, పోలీసులకు లొంగిపొమ్మనీ, నేను దర్యాప్తు చేసి శిరీష్ నిర్దోషి అని తేల్చుకుంటే అతన్ని ప్రభుత్వం విడిచిపెట్టేందుకు ప్రయత్నిస్తాననీ చెపుతాను" అన్నాడు యుగంధర్.

రాజు చిన్నగా దగ్గాడు.

"ఏమిటి?" అడిగాడు యుగంధర్ రాజుని.

"శిరీష్ నేరం చేశాడా లేదా అనే విషయం అతని తండ్రి వీరభద్రరావుని పోలీసులకు లొంగిపోవడంతో ఎందుకు ముడిపెట్టాలి? శిరీష్ నిర్దోషి అని తేలితే అతన్ని వొదిలిపెట్టాలి. అతని తండ్రి చేసిన హత్యలకీ, జైలులో వున్న శిరీష్‌కీ ఏమిటి సంబంధం?" అడిగాడు రాజు.

"అవును. నువ్వు చెప్పింది సబబుగానే వుంది. కాని వీరభద్రరావుని పట్టుకోవడంలో మనం నిమగ్నులమైతే శిరీష్ నిర్దోషిత్వం ఋజువు చేసేందుకు మనకు వ్యవధి వుండదు. వీరభద్రరావు పోలీసులకు లొంగిపోతే తర్వాత మనం శిరీష్ దోషి అయినదీ కానిదీ రుజువు చెయ్యడానికి వ్యవధి వుంటుంది" అన్నాడు యుగంధర్.

"యుగంధర్! శిరీష్ నిర్దోషి అయితే, ఆ విషయం ఇప్పుడైనా సరే రుజువుచేసి అతన్ని విడిపించడానికి మీరు ప్రయత్నించే పక్షంలో మాకు

యెలాంటి అభ్యంతరమూ లేదు. ఆ విషయం వీరభద్రరావుకి చెప్పండి" అన్నాడు కమిషనర్.

"అంటే వీరభద్రరావు చెప్పిన షరతులు కొద్దిగా మార్చి ఒప్పుకుంటున్నా మన్నమాట" అన్నాడు ఏ.సి.

"ఎలా?" అడిగాడు యుగంధర్.

"తన కొడుకుని వెంటనే వొదిలిపెడితే ఈ హత్యాకాండ మానేస్తానన్నాడు వీరభద్రరావు. అతను పోలీసులకు లొంగిపోతే శిరీష్‌ని వొదిలిపెడతా మంటున్నాము మనం. అంతేగా!"

"కాదు. శిరీష్‌ని బేషరతుగా వొదిలిపెడతామని మనం చెప్పము. అతను నిర్దోషి అని నిర్ధారణ అయితేనే విడుదల చేయించడానికి ప్రయత్నిస్తామని చెపుతాము."

"యస్. యస్. ఇక చర్చ అనవసరం. వీరభద్రరావుకి చెప్పి చూడండి ఏమంటాడో" అన్నాడు ఏ.సి.

"చెపుతాను కాని అతను ఒప్పుకుంటాడన్న నమ్మకం లేదు నాకు. అతన్ని గురించి తెలుసుకోగలిగినదంతా తెలుసుకోండి. దర్యాప్తు నిర్లక్ష్యం చెయ్యవద్దు" చెప్పాడు యుగంధర్.

18

డిటెక్టివ్ యుగంధర్ తన గదిలో రివాల్వింగ్ కుర్చీలో కూర్చున్నాడు. క్షణ క్షణం గడియారం వంక చూస్తున్నాడు. ఆరోజు రాత్రి అయేలోగా ఏదో ఒకటి తేల్చుకుని చెప్పమన్నాడు హంతకుడు. ఎలా చెప్పడం! అతను ఫోన్ చేస్తాడా! టెలిఫోన్ చేసేటట్లయితే పట్టుకునేందుకు కట్టుదిట్టాలు చేశారు పోలీసులు. క్రితంరోజు వాళ్ళు చేసిన ఏర్పాట్లన్నీ అలాగే వున్నాయి. యుగంధర్ ఇంటిప్రాంతాల మూల మూలల చీకట్లో దాక్కున్నారు మఫ్టీలో వున్న పోలీసులు. యుగంధర్ ఇంటికి యెవరు వచ్చినా, ఇంట్లోంచి ఎవరు బయటికి వెళ్ళినా పట్టుకుని హెడ్‌క్వార్టర్స్‌కు తీసుకురమ్మని ఆర్డరు. కమిషనర్ ఆ విషయం యుగంధర్‌కి ముందే చెప్పాడు. అటువంటి కట్టుదిట్టాలు చేస్తే తను హంతకుడితో మాట్లాడే అవకాశం లభించదనీ, పద్మప్రియ, రాధ ప్రాణాలు బలి ఇవ్వడం అవుతుందనీ యుగంధర్ కమిషనర్‌కి చెప్పలేదు. వాళ్ళ ఉద్యోగధర్మం వాళ్ళు చేస్తుంటే తను అభ్యంతరం చెప్పడం మంచిదికాదు.

ఇలాటి యేర్పాట్లు చెయ్యడం వల్ల తన షరతులను నిరాకరించారని హంతకుడు అనుకుని తనని కలుసుకునే ఉద్దేశం మానుకుంటాడా? యుగంధర్ ఆలోచిస్తున్నాడు.

అంతలో తలుపు తట్టిన చప్పుడయింది. ముందుగదిలో ఎక్స్‌టెన్షన్ టెలిఫోన్ దగ్గిర కూర్చున్న రాజు లేచివెళ్ళి తలుపు తీశాడు.

"ఆc. వున్నారు. మీ పేరు?" అడిగాడు రాజు ఆ వచ్చిన స్త్రీ అడిగిన ప్రశ్నకు జవాబు చెప్పి.

"నా పేరు చెప్పినా ఆయనకి తెలియదు. ఆయన్ని కలుసుకోవాలి" అన్నది ఆమె.

"సారీ! ఆయన బిజీగా వున్నారు."

"ప్లీజ్! పద్మప్రియ, రాధ విషయం మాట్లాడడానికి వచ్చానని ఆయనకి చెప్పండి."

ఆ పేర్లు వినగానే ఎలక్ట్రిక్ షాక్ తగిలినట్లయి "ఏమిటి వాళ్ళ విషయం?" అడిగాడు రాజు.

"డిటెక్టివ్ యుగంధర్‌గారితో చెపుతాను."

"రండి" అని రాజు ఆమెను లోపలికి తీసుకువెళ్ళాడు.

ఆమె రాజుతో మాట్లాడడం యుగంధర్ విన్నాడు. ఆమె గదిలోకి రాగానే "పద్మప్రియ, రాధ విషయం యేమిటమ్మా!" అడిగాడు.

"మీరేనా యుగంధర్?"

"అవును."

ఆమె హ్యాండ్‌బేగ్ తెరిచి ఒక కవరు తీసి యిచ్చింది. అందులోంచి పావు రావు కాయితం తీసి యుగంధర్ చదివాడు.

"యుగంధర్ గారికి,

మీరు గవర్నరుతోనూ, మంత్రులతోనూ, ఉన్నత పోలీస్ ఉద్యోగులతోనూ నేను చెప్పిన విషయం చర్చించారని నాకు తెలుసు. ఏం నిర్ణయించారో తెలియదు. మీ నిర్ణయం యేమిటో రాసి యీ యువతికి యివ్వండి. నాకు అందుతుంది.

ఈమెను వెంబడించమని డిటెక్టివ్‌లను నియమించి నా ఉనికి తెలుసుకోడానికి ప్రయత్నించకండి. ప్రయోజనం వుండదు.

X."

యుగంధర్ ఆ ఉత్తరం యింకోసారి చదివి అడుగున వున్న ఎర్రగుర్తు పరీక్షగా చూశాడు. "నీ పేరేమిటి?" అడిగాడు ఆ యువతిని.

"మందారం."

"ఎక్కడ వుంటున్నావు? ఏం చేస్తున్నావు?"

"రాయపురంలో. ఏమీ చెయ్యడంలేదు" అని వెకిలిగా నవ్వింది. ఆమె వృత్తి యేమిటో ముఖం చూస్తేనే తెలిసింది యుగంధర్‌కి.

"ఈ ఉత్తరంలో యేమున్నదో, ఎవరు రాశారో నీకు తెలుసా?"

"తెలియదు. మీకు ఇవ్వమని చెప్పి పదిరూపాయలు యిచ్చాడు. మీరిచ్చే జవాబు తీసుకువస్తే ఇంకా ఇరవై రూపాయలు యిస్తానన్నాడు. నన్ను అటకాయిస్తే పద్మప్రియ, రాధ గురించి మీతో మాట్లాడాలని చెప్పమన్నాడు."

"అతనెవరో నీకు తెలుసా?"

"తెలియదు."

"జవాబు కోసం ఎప్పుడు వస్తానన్నాడు?"

"చెప్పలేదు. నన్ను కలుసుకుని జవాబు తీసుకుంటానన్నాడు. ఎప్పుడో చెప్పలేదు."

"ఆ మనిషి ఎలా వుంటాడో వర్ణించగలవా?"

"సరిగా చెప్పలేను. బాగా చూడలేదు."

"ఎందుకు చూడలేదు?"

"నేను సెంట్రల్ స్టేషన్ పక్కవీధిలో బస్టాండ్ దగ్గిర నిలుచునుండగా ఎవరో ఒకతను వచ్చి పక్కవీధిలో ఒక కారు ఆగివుందనీ, అది యెక్కమనీ చెప్పాడు. వెళ్ళాను. కారుదగ్గిరకి వెళ్ళేలోపున యింకో మనిషి వచ్చి నాకీ ఉత్తరం, ఓ పదిరూపాయల నోటూ యిచ్చాడు. చీకటిగా వుండడం వల్ల అతన్ని సరిగా చూడలేదు" అన్నదామె బెదురుతూ.

"ఇదంతా నిజమేనా?" అడిగాడు యుగంధర్. ఆమె తలవూపింది.

"వీధిలో వున్న కారు యెక్కమని చెప్పిన మనిషి యెవరో నీకు తెలుసా?"

"తెలియదు."

"అయితే యెందుకు వెళ్లావు?"

ఆమె జవాబు చెప్పకుండా తల వంచుకున్నది. నిజమే చెప్పిందని యుగంధర్ అనుకున్నాడు. వీరభద్రరావు తన ఆనవాలుగాని, ఉనికి గాని

అంత సులభంగా బయటపడనివ్వడు. లెటర్‌పాడ్ తీసి వీరభద్రరావుకి ఉత్తరం వ్రాసి మడిచి కవరులో పెట్టి ఆమెకిచ్చాడు.

"నేను వెళ్ళవచ్చా?" అడిగిందామె ఆదుర్దాగా.

"వెళ్దువుగాని వుండు" అని రిసీవర్ తీసుకుని కమిషనర్‌కి ఫోన్ చేశాడు యుగంధర్. "మీరు నా యింటిచుట్టూ మఫ్టీలో కానిస్టేబుల్స్‌ని కాపలా పెట్టారని నాకు తెలుసు. అందుకే చెపుతున్నాను" అని మందారం అనే ఆమె వీరభద్రరావు దగ్గిర్నుంచి ఉత్తరం తీసుకుని తన యింటికి రావడం గురించి వివరంగా చెప్పాడు. "ఈ అమ్మాయిని మీరు పట్టుకున్నా యేమీ ప్రయోజనముండ దనుకుంటాను. డిటెక్టివ్‌లు వెంబడించినా లాభం వుండదు. నా ఉత్తరం వీరభద్రరావుకి అందడంవల్ల యేమయినా ప్రయోజనం కలగవచ్చని మీరు అనుకుంటే యీ అమ్మాయిని పట్టుకోకండి. నా ఉత్తరం తీసికెళ్ళి వీరభద్రరావుకి యివ్వనివ్వండి" అని చెప్పి రిసీవర్ పెట్టేశాడు.

"ఇక వెళ్లవచ్చా?" అడిగింది ఆమె.

"ఇంకో పదినిముషాలుండి వెళ్ళు" చెప్పాడు యుగంధర్.

19

అది పోలీస్ కమిషనర్ ఆఫీసు గది.

"వీరభద్రరావుని గురించి వివరాలు సేకరించారా?" అడిగాడు యుగంధర్.

"యస్" అని బల్లమీది కాగితాలలోంచి ఓ కాగితం తీసి చదివాడు కమిషనర్.

శిరీష్‌కి శిక్ష పడగానే వీరభద్రరావు 'లా' ప్రాక్టీస్ మానేశాడు. అప్పటికే దాదాపు రెండు లక్షల వరకూ ఆర్జించాడు. మద్రాసులో రెండు యిళ్ళు కొన్నాడు. బ్యాంకులో యాభైవేల వరకూ రొక్కం వున్నది. యాభైవేల ఇన్సూరెన్స్ పాలసీ వున్నది. ఇళ్ళు రెండూ అమ్మేశాడు. ఇన్సూరెన్స్ పాలసీ సరెండరు చేసి రొక్కం తీసుకున్నాడు. బ్యాంకులో వున్న రొక్కం తీసుకుని అక్కౌంట్ మూసేశాడు. ఓ వారం రోజులు హోటల్ శ్రీనివాస్‌లో వున్నాడు. ఓరోజు టాక్సీయెక్కి సెంట్రల్ స్టేషన్‌దగ్గిర దిగాడు. తరవాత వీరభద్రరావు యేమయినదీ యెవరికీ తెలియదు. అతని స్నేహితులు, బంధువులు మళ్ళీ యెప్పుడూ అతన్ని చూడలేదు. గాలిలో కలిసిపోయినట్లు మాయమయినాడు.

"అయితే వేషమూ, రూపమూ, పేరూ మార్చుకుని ఈ వూళ్ళోనే యెక్కడో వుండి వుంటాడు" అన్నాడు యుగంధర్.

"ఎక్కడున్నదీ తెలుసుకునేందుకు యే సూచనా లేదుగా" అన్నాడు కమిషనర్.

"నిన్న మందారం విషయం యేమయింది?"

"క్షమించాలి. మీ సలహా పాటించలేదు" అన్నాడు కమిషనర్. అతని ముఖం యెర్రనయింది.

"పాటించరని తెలుసు. మీరు పోలీస్ ఉద్యోగులు. ఎలా పాటిస్తారు? ఇంతకీ యేమయింది?"

"ఇక్కడికి తీసుకువచ్చి బెదిరించి చూశారు. ప్రయోజనం లేకపోయింది. ఒదిలేశాము."

"ఒదిలేసి?"

"ఇన్‌స్పెక్టర్ స్వరాజ్యరావు, సార్జంట్ శివం మారువేషాలలో ఆమెను వెంబడించారు."

"తర్వాత"

"రాయపురంలో చర్చి వీధిలోకి వెళ్ళింది. పదిగజాల దూరంలో మావాళ్ళు వెంబడించారు. అంతలో నలుగురు రౌడీలు ఎక్కణ్ణించో వచ్చి వాళ్ళిద్దరి మీదా పడ్డారు. ఆ నలుగురితో ఇన్‌స్పెక్టరూ, సార్జంటూ కలియబడ్డారు. పిస్తోళ్ళు తీసి కాలుస్తామని బెదిరించిన తరవాత ఆ రౌడీలు పారిపోయారు. ఆలోగా ఆమె ఆ వీధిలోంచి వెళ్ళిపోయింది.

"మళ్ళీ కనపడలేదా?"

"కనపడకుండా ఎక్కడికి పోతుంది! ఆమెనీ, ఆ రౌడీలని కూడా పట్టుకున్నాము. కాని యేమీ తెలియలేదు. పోలీస్ ఆఫీసర్లమని ముందే చెప్పి వుంటే కలియబడే వాళ్ళము కాదనీ, మందారాన్ని అల్లరి చెయ్యడానికి యెవరో వెంబడిస్తున్నారనుకుని కలియబడ్డామనీ ఆ రౌడీలు చెప్పారు. ఆ పని చెయ్యమని యెవరో తమకు చెప్పారనీ, మనిషికి యిరవై అయిదురూపాయలు ఇచ్చారనీ వాళ్ళు చెప్పారు. వాళ్ళకి మందారం బాగా తెలుసును. అందువల్ల ఆ మనిషి యెవరో వాళ్ళు ఆరా తియ్యకుండా పోలీసులతో కలియబడ్డారుట."

"మందారాన్ని ప్రశ్నించారా? ఏమన్నది?"

"చర్చి వీధి దాటి పక్కవీధిలోకి వెళ్లగానే తన పక్కకి యెవరో వచ్చి ఇరవై రూపాయలు ఇచ్చి యుగంధర్ ఇచ్చిన కవరు ఇవ్వమని అడిగాడుట. ఇచ్చిందట."

"అతని ఆనవాలు ఏమయినా చెప్పిందా?"

"లేదు. చీకటిగా వుందనీ, ముఖం కనిపించకుండా హ్యాటు బాగా కిందికి పెట్టుకున్నాడనీ అన్నది."

"పోనీలెండి. నా ఉత్తరం అతనికి అందిందిగా" అన్నాడు యుగంధర్.

అంతలో యిన్‌స్పెక్టర్ స్వరాజ్యరావు హడావిడిగా వచ్చి "ఎర్రని గుర్తు ఉత్తరం కేసు యింకొకటి వచ్చింది సార్!" అన్నాడు.

"ఏమిటది?" అడిగాడు కమిషనర్.

"ఇక్కడే వున్నాడు, పిలవనా?"

"పిలు."

స్వరాజ్యరావు బయటికి వెళ్లి రెండునిముషాలలో ఒక మనిషిని వెంటబెట్టుకు వచ్చాడు. అతను ఫుల్ సూట్‌లో వున్నాడు. భయపడుతున్నాడు.

"ఎర్రని గుర్తు ఉత్తరాల గురించి పత్రికల్లో చదివాను. అందుకే తిన్నగా వచ్చాను" అన్నాడతను.

"చెప్పండి" అన్నాడు కమిషనర్?

"ఆ ఉత్తరం పంపించిన మనిషి నా భార్యని ఎత్తుకుపోయాడు."

"సావధానంగా, విపులంగా చెప్పండి. మీపేరు?"

"వేణుగోపాల్. డైమండ్ ఆటోమొబైల్స్‌లో ఇంజనీర్ని. నా భార్యపేరు మీనాక్షి. వివాహమయి రెండేళ్ళయింది. పిల్లలు లేరు. నిన్న సాయంకాలం నేను ఇంటికి వచ్చేటప్పటికి నా భార్య ఇంట్లో లేదు. బల్లమీద ఓ చీటీ వుంది. తను తన తండ్రి ఇంటికి వెళుతున్నాననీ రాత్రి నన్ను అక్కడికి వచ్చి ఇంటికి తీసుకురమ్మనీ రాసింది. మేము రాయపేటలో వుంటున్నాము. ఆమె తండ్రి త్యాగరాయ నగరంలో వుంటున్నాడు. బద్ధకంగా వుండి నిన్నరాత్రి నేను వెళ్ళలేదు. పొద్దున్నే వస్తుందనుకున్నాను. రాలేదు. ఒంట్లో బాగా లేక రాలేదేమోననుకుని హోటల్లో భోజనం చేసి ఆఫీస్‌కి వెళ్ళాను. పదిగంటల ముప్ఫయి నిముషాలప్పుడు నాకు ఫోన్ కాల్ వచ్చింది. ఎర్రని గుర్తు ఉత్తరాలు రాస్తున్న మనిషి నా భార్యని ఎత్తుకుపోయాడనీ, వెంటనే పోలీసులకు రిపోర్ట్

చెయ్యమనీ ఎవరో చెప్పారు. నేను వెంటనే త్యాగరాయ నగర్ వెళ్ళాను. మా మామగారు యింట్లోనే వున్నారు. నా భార్య అసలు రానేలేదని చెప్పారాయన. వెంటనే మీకు చెప్పడానికి వచ్చాను" అన్నాడతను.

"మీ మామగారి పేరు?" అడిగాడు యుగంధర్.

"వైకుంఠరావుగారు. డిప్యూటీ డైరెక్టర్ ఆఫ్ స్టాటిస్టిక్స్."

"శిరీష్ కేసు తీసి ఆ కేసులో మీనాక్షి తండ్రి పేరేమిటో చూడండి" చెప్పాడు యుగంధర్.

కమిషనర్ ఫైల్ తిరగేసి "యు ఆర్ రైట్! వైకుంఠరావు" అన్నాడు.

"రాధని కాని, పద్మప్రియని కాని హత్య చెయ్యటం వీరభద్రరావుకి యిష్టం లేదన్న మాట" అన్నాడు యుగంధర్.

"ఎందుకంటున్నారా మాట?" అడిగాడు కమిషనర్.

"వీరభద్రరావుకి కసి వుంటే మీనాక్షి మీద వుంటుంది. శిరీష్‌కి శిక్ష పడడానికి ఆమె కొంతవరకు కారణం కదూ!"

"మీనాక్షిని అతను ఎత్తుకుపోవచ్చునన్న అనుమానం మీకు వుంటే ముందే ఎందుకు చెప్పలేదు?" అడిగాడు కమిషనర్ యుగంధర్ని సూటిగా కళ్ళల్లోకి చూస్తూ.

"సారీ! ఎర్రని గుర్తు ఉత్తరాలు రాస్తున్న మనిషి వీరభద్రరావని యిప్పుడేగా నిర్ధారణ అయింది."

"మీరు మాట్లాడుతున్నది ఏమిటో నాకు అర్థం కాలేదు. దయచేసి తెలిసేట్లు చెప్పండి" అడిగాడు వేణుగోపాల్.

"మీ భార్య మీనాక్షిని హత్య చెయ్యడానికి ఎత్తుకుపోయాడని నా అనుమానం" అన్నాడు యుగంధర్.

"మీనాక్షిని హత్య చేస్తాడా? ఎందుకు?" అడిగాడు వేణుగోపాల్ భయపడుతూ.

"దయచేసి మీ మామగారి చిరునామా చెప్పండి" అడిగాడు యుగంధర్.

"విన్సెంట్ రోడ్, 114 త్యాగరాయ నగర్."

"థాంక్స్" అని యుగంధర్ లేచాడు.

"ఎక్కడికి?" అడిగాడు కమిషనర్.

"వైకుంఠరావుగారితో మాట్లాడాలి" అని యుగంధర్ కమిషనర్ గదిలోంచి బయటికి వెళ్లాడు.

20

"వైకుంఠరావుగారి ఇంటికి ఎందుకు?" అడిగాడు రాజు కెనెమెరా హోటల్ ముందు నించి మౌంట్‌రోడ్లోకి క్రిజ్లర్ కారు తిప్పుతూ.

"మీనాక్షి విషయం మాట్లాడేందుకు."

"ఏం మాట్లాడాలి?"

యుగంధర్ ఆలోచనలో వుండిపోయాడు.

ఇంటిముందు తళతళ మెరుస్తున్న కారు ఆగగానే వసారాలో పడకకుర్చీలో పడుకుని పత్రిక చదువుకుంటున్న వైకుంఠరావు లేచి నిలబడి కారువేపు చూశాడు.

"వైకుంఠరావుగారు మీరేనా?"

"అవును."

"నాపేరు యుగంధర్. ప్రైవేట్ డిటెక్టివ్‌ని. ఇతను నా అసిస్టెంట్ రాజు. మీ అమ్మాయి మీనాక్షి గురించి వచ్చాము."

"ఏమైంది? ఇంటినించి నిన్న ననగా వెళ్ళిందని అల్లుడు చెప్పాడు. ఇంకా రాలేదుట. గాభరాతో నా కాళ్ళూ, చేతులూ ఆడటంలేదు."

"శేషాద్రి హత్యకేసు గురించి కొన్ని విషయాలు అడగడానికి వచ్చాను."

"ఎప్పుడో జరిగిన ఆ కేసుగురించి యిప్పుడెందుకు? ముందు మీనాక్షి ఏమైనదీ కనుక్కోండి."

"ఆ కేసుకీ, ఇప్పుడు మీ అమ్మాయి పరారీ కావడానికీ సంబంధమున్నదని నా నమ్మకం. అందుకే వచ్చాను."

"ఏమడగాలనుకున్నారో అడగండి" అన్నాడు వైకుంఠరావు.

"శేషాద్రి హత్య జరిగిన రాత్రి మీ అమ్మాయి మీనాక్షి రాత్రి తొమ్మిది గంటలకి ఇంటికి వచ్చిందని మీరూ, మీ యింట్లో వాళ్ళూ సాక్ష్యం యిచ్చారు కదూ!"

"అవును."

"నిజంగానే తొమ్మిది గంటలకి ఇంటికి వచ్చిందా! లేక మీ అమ్మాయి మీదికి నేరం రాకుండా వుండేందుకు మీరంతా అట్లా చెప్పారా?"

వైకుంఠరావు చర్రున ముందుకు వచ్చి "ఇన్సల్ట్ చేస్తున్నారు. వెళ్ళండి" అన్నాడు.

"ఐయామ్ సారీ! మీ అమ్మాయి క్షేమం కోరి మీరు అబద్ధం చెప్పారేమో అనుకున్నాను" అన్నాడు యుగంధర్.

వైకుంఠరావు పరీక్షగా యుగంధర్ని చూస్తూ, "శేషాద్రి హత్యకీ, ఇప్పుడు నా కూతురు కనపడకపోవడానికీ సంబంధమేమిటో చెపుతారా?" అడిగాడు.

"శేషాద్రి హత్యానేరానికి శిరీష్ అనే అతనికి శిక్ష పడిందని మీకు జ్ఞాపకమున్నదా?"

వైకుంఠరావు తలవూపాడు.

"ఆ శిరీష్ తండ్రి వీరభద్రరావు మీ కూతుర్ని ఎత్తుకుపోయి వుంటాడని నా అనుమానం."

"ఎందుకు?"

యుగంధర్ భుజాలు చరిచి "బెదిరించడానికి అయివుండవచ్చు, లేదా హత్య చెయ్యవచ్చు" అన్నాడు.

వైకుంఠరావు కుర్చీలోంచి లేచి గాభరాగా చూస్తూ "ఏమిటీ ఘోరం! ఈ పట్టణంలో పోలీసులూ, రక్షణా లేదా ఏమిటి? మిస్టర్ యుగంధర్! మీరు చెప్పినదే నిజమైతే ఎట్లాగైనా మీరే మీనాక్షిని రక్షించాలి. ప్లీజ్" అన్నాడు.

"శేషాద్రి హత్య గురించి, మీనాక్షి గురించి మీరు నిజం చెపితే..."

"ఏం చెప్పమంటారు! నాకు తెలిసిన విషయాలన్నీ అప్పుడే పోలీసులకి చెప్పాను."

"అయితే ఎవరూ ఏం చెయ్యలేరనుకుంటాను" అని యుగంధర్ లేచి నిలబడ్డాడు.

"ఒక క్షణం ఆగండి" అన్నాడు వైకుంఠరావు.

యుగంధర్ మాట్లాడకుండా నిలబడ్డాడు.

అయిదు నిమిషాలు వైకుంఠరావు ఆలోచించుకుని "మీరు వెళ్ళండి. నేను కమిషనర్ ఆఫ్ పోలీస్ని కలుసుకుంటాను" అన్నాడు.

యుగంధరూ, రాజూ మళ్ళీ క్రిజ్లర్ కారు ఎక్కారు.

"ఎక్కడికి?" అడిగాడు రాజు.

"ఇంటికి" చెప్పాడు యుగంధర్.

రాజు కారు స్పీడుగా తోలుతూ "ఆయన యేదో దాస్తున్నాడనిపిస్తోంది" అన్నాడు.

"అవును. అబద్ధం చెపుతున్నాడు. నిజం చెపితే మీనాక్షిని రక్షించేందుకు అవకాశం వుండేది."

"ఏమిటా నిజం?"

"శేషాద్రి హత్యతో మీనాక్షికి ఏదో సంబంధం వుండివుండాలి. మీనాక్షి ఎలిబీ నిజమై వుండదు. ఆమెకి ఎలిబీ యిచ్చిన వాళ్ళంతా ఆమె ఆత్మీయులు."

"అంటే మీనాక్షి శేషాద్రిని హత్యచేసి వుంటుందని మీ అభిప్రాయమా?"

"శిరీష్ నిర్దోషి అయితే శేషాద్రిని ఇంకెవరో హత్యచేసి వుండాలిగా! మీనాక్షి హత్య చేసి వుండవచ్చు కదూ!"

"మీనాక్షికి శేషాద్రి అంటే ఇష్టంకదా! ఎందుకు హత్య చేస్తుంది?"

"ఏమో! ఏదయినా కారణం వున్నదేమో!" అన్నాడు యుగంధర్.

అంతలో కారు గేటుదగ్గర ఆగింది. యుగంధర్ కారు దిగి యింట్లోకి వెళ్లాడు.

రాజు కారు షెడ్లో పెట్టి కన్సల్టింగ్ రూంలోకి వెళ్ళాడు. యుగంధర్ చేతిలో వున్న కాగితం చూసి "ఏమిటది?" అడిగాడు.

"రైల్వే రసీదు. లెఫ్ట్ లగేజిది. పోస్టుబాక్సులో వుంది" అంటూ ఓ గులాబీ రంగు కాగితం రాజుకిచ్చాడు యుగంధర్.

అది లెఫ్ట్ లగేజ్‌లో ఒక పెట్టె పెట్టిన రశీదు. యుగంధర్ పేరు రాసివుంది దానిమీద.

"ఏమిటీ రశీదు?" అడిగాడు రాజు.

"వెనక్కి తిప్పి చూడు."

రాజు వెనక్కి తిప్పి చూశాడు. ఎర్రని సిరాతో ఇంటూ గుర్తు వుంది.

"వీరభద్రరావు పంపాడా?"

యుగంధర్ తలవూపి రిసీవర్ తీసి "హల్లో! నేను యుగంధర్ని!" అని కమిషనర్‌కి ఆ రైలు రశీదు గురించి చెప్పి "దయచేసి ఆ పెట్టె తెప్పించే యేర్పాటు చెయ్యండి" అని రిసీవరు పెట్టేసి "ఇన్‌స్పెక్టర్ స్వరాజ్యరావు వస్తాడు రశీదు కోసం" చెప్పాడు రాజుకి.

"మనమే వెళ్లి తీసుకోవచ్చుగా" అడిగాడు రాజు.

"ఎలాగూ తర్వాత పోలీసులకు చెప్పవలసి వస్తుంది కనుక ముందే చెప్పాను."

"అందులో..." అన్నాడు రాజు.

యుగంధర్ తలవూపాడు. ఇద్దరు డిటెక్టివ్‌ల మొహాలూ ఆలోచనతో తీవ్రంగా వున్నాయి. తలుపు చప్పుడయింది. ఇన్‌స్పెక్టర్ స్వరాజ్యరావు హడావిడిగా లోపలికి వచ్చి "యేదీ రశీదు?" అడిగాడు.

యుగంధర్ రశీదు యిచ్చాడు.

"మీరు రారా?" అడిగాడు ఇన్‌స్పెక్టర్.

"అనవసరం" అన్నాడు యుగంధర్.

రశీదు తీసుకుని స్వరాజ్యరావు వెళ్లిపోయాడు.

21

"నో! నో! ఇలా ఘోరాలు జరుగుతూంటే ఎలా?" అన్నాడు కమిషనర్ ఆఫ్ పోలీస్ కన్సల్టింగ్ రూంలో కూర్చున్న యుగంధర్ని చూడగానే.

"లెఫ్ట్ లగేజ్ రూంలోంచి పెట్టె తెప్పించారా?" అడిగాడు యుగంధర్.

కమిషనర్ తలవూపి ఓ కవరు యుగంధర్ కిచ్చాడు.

"ఈ కవరు మాత్రమేనా ఆ పెట్టెలో వుంది?"

కమిషనర్ యుగంధర్ వేపు నిస్పృహతో చూసి "శవంకూడా వుంది" అని వూరుకున్నాడు.

ఆయన చాలా కలవరపడుతున్నాడని యుగంధర్ గ్రహించి ఏమీ అడక్కుండా కవరు తిప్పి చూశాడు.

డిటెక్టివ్ యుగంధర్‌కి అని పైన వ్రాసి వుంది. అందులోంచి పావురావు కాగితం బయటికి తీసి చదవడం ప్రారంభించాడు. యుగంధర్ వెనక నిలబడి రాజుకూడా చదివాడు.

"డిటెక్టివ్ యుగంధర్‌కి, మీరు నా హెచ్చరిక లక్ష్యపెట్టకపోవడం వల్ల యింకో ప్రాణం బలి అయింది. పద్మప్రియనీ, రాధనీ చంపి శవాలు యీ పెట్టెలో పెట్టి మీకు పంపుదామనుకున్నాను. కాని యీ నాలుగు రోజుల్నించీ వాళ్ళతో బాగా చనువు ఏర్పడింది. రాధ ముద్దుమాటలూ, పాలబుగ్గలు, నవ్వులు, అల్లరి ఎలా వాటిని చిదిపెయ్యడం! అందుకే మీనాక్షిని ఎత్తుకు వచ్చాను. మీనాక్షికి శేషాద్రి హత్యతో ఏదో కొంత సంబంధం వున్నదని మొదట్నించీ నాకు అనుమానంగానే వుండేది. ఎత్తుకురాగానే ఒక చీకటిగదిలో బంధించాను. రకరకాలుగా భయపెట్టి నిజం చెప్పించడానికి ప్రయత్నించాను.

అప్పుడు కోర్టులో చెప్పిన విషయాలు తప్ప యింకేమీ చెప్పలేదు. మొండిగా అబద్ధమే చెప్పిందో లేక నిజమే చెప్పిందో నాకు తెలియదు. ఒకపక్క శేషాద్రిని, యింకోపక్క నా కొడుకు శిరీష్‌నీ ఆకర్షించి మభ్యపెట్టి బాధించింది. అయినప్పటికీ మీనాక్షిని చంపడం యిష్టంలేక వూరుకున్నాను. నా హెచ్చరిక మీరు లక్ష్యపెట్టకపోవడంవల్ల యిప్పుడు తప్పనిసరి అయింది. ఏం చెయ్యను?"

మీనాక్షిని అట్టే బాధపెట్టలేదు. అరక్షణంలో ముగించాను. పెట్టె తయారుగా వుంది. రైల్వేవారి లెఫ్ట్ లగేజి రూంలో పెట్టడానికీ, రశీదు మీకు అందజెయ్యడానికీ ఏర్పాటు చేశాను. అన్నీ సక్రమంగా జరుగుతాయనీ, యీ ఉత్తరం మీ చేతికి అందుతుందనీ ఆశిస్తాను.

మీరు ఉన్నత పోలీస్ అధికారులతోనూ, ప్రభుత్వోద్యోగులతోనూ యింకోసారి సంప్రదించండి. ఇన్ని ప్రాణాలను బలి యిస్తూ కూడా శిరీష్‌ని జైలులో వుంచడం ముఖ్యమా?

ఇప్పుడైనా నా షరతులకు ఒప్పుకుంటారనీ, శిరీష్‌ని వెంటనే విడుదల చేస్తారనీ ఆశిస్తాను.

X"

ఆ ఉత్తరం కమిషనర్‌కి యిస్తూ "ఎందుకు చింపలేదు?" అడిగాడు యుగంధర్.

కమిషనర్ భుజాలు చరిచాడు. చదవమని చెప్పాడు యుగంధర్.

ఆయన ఉత్తరం చదివి మడిచి "మీనాక్షి అన్నమాట" అన్నాడు.

"ఏం! ఇంతకుముందు తెలియలేదా?"

"లేదు. శవాన్ని ముక్కలు ముక్కలుగా కోసి ట్రంకుపెట్టెలో పెట్టాడు."

"మొహమూ?" అడిగాడు రాజు.

"రూపురేఖలు లేకుండా చెక్కాడు. అది మీనాక్షి శవం అని తెలుసుకునేందుకు వీలులేకుండా చేశాడు."

"ఎందుకో?" అన్నాడు యుగంధర్.

"ఏమిటి ఎందుకో?" అడిగాడు కమిషనర్.

"అది మీనాక్షి శవం అని ఉత్తరం రాసి ఆ పెట్టెలో పెట్టాడు. అటువంటప్పుడు రూపురేఖలు తెలియకుండా మొహం చెక్కేయడం, శవాన్ని ముక్కలు ముక్కలుగా కొయ్యడం దేనికి?"

"ఆనవాలు లేకుండా చెయ్యాలన్న ఉద్దేశం కాకపోవచ్చు. మనిషి మీద ద్వేషం ఉండో, పెట్టెలో పట్టించేందుకో అలా చేసి వుండవచ్చు" అన్నాడు కమిషనర్.

"మీరు చెప్పింది అంత సబబుగా లేదు. అతను రాసిన ఉత్తరం బట్టి మీనాక్షి మీద అతనికి ద్వేషం వున్నట్లు తోచడంలేదు. చంపేసిన తరువాత శవాన్ని అట్లా ముక్కలు ముక్కలుగా కొయ్యడం ఎంతో ద్వేషమూ, కసీ వుంటేగాని జరగదు."

"అయితే మీ ఉద్దేశం ఏమిటి?"

"అది మీనాక్షి శవం కాదేమో! ఆమె తండ్రికీ, భర్తకీ చూపించారా?"

"లేదు."

"అయితే ఆ ఏర్పాటు చేయించండి."

కమిషనర్ ఫోన్ చేసి ఏ.సి.కి చెప్పాడు. తర్వాత యుగంధర్‌వేపు తిరిగి "ఎవరి శవమో పెట్టెలో పెట్టి అది మీనాక్షి అని అబద్ధం రాస్తాడా? అందువల్ల అతనికి కలిగే ప్రయోజనం ఏమిటి" అడిగాడు.

"అదే ఆలోచిస్తున్నాను" అని యుగంధర్ సిగిరెట్ వెలిగించి డబ్బా కమిషనర్‌కి అందించాడు.

కాలుస్తున్న సిగిరెట్ ఆష్ట్రేలో విసుగ్గా పడేసి "సారీ సర్! ఈ కేసు ప్రారంభమైనప్పట్నుంచీ యీ గదిలోనో, కమిషనర్ గదిలోనో కూర్చుని ఆలోచించడం తప్ప మనం చేస్తున్నదేమీ లేదు. ఇంకా ఆలోచించడమేనా?" అన్నాడు రాజు.

"ఏంచెయ్యాలో నువ్వు చెప్పు" అడిగాడు యుగంధర్.

"వీరభద్రరావు యీ వూళ్ళోనే వున్నాడు. ఎక్కడో ఓ గదిలో తలుపు గడియ పెట్టుకు దాక్కోలేదు. వీధిలోకి వెళ్ళి ఆడపిల్లల్ని ఎత్తుకుపోతున్నాడు. ఉత్తరాలు రాసి పోస్టు చేస్తున్నాడు. శవాన్ని ముక్కలు ముక్కలుగా కోసి పెట్టెలో పెట్టి రైలుస్టేషన్‌కి తీసుకెళ్ళాడు. ఫోన్‌కాల్స్ చేస్తున్నాడు. అతనికి ఓ యిల్లు, పెద్ద కారు వుండివుండాలి. ఇంట్లో ఒకరో యిద్దరో నౌఖర్లు వుండివుండాలి. పోలీసులూ మనమూ కలిసి కూడా అతన్ని పట్టుకోలేకపోవడం చాలా అవమానకరంగా వుంది" అన్నాడు రాజు ఉద్రేకంతో.

కమిషనర్ తలవూపాడు.

"నువ్వు చెప్పినవన్నీ ఒప్పుకుంటున్నాను. ఆ వీరభద్రరావుని ఎలా పట్టుకోగలమో చెప్పు. ఎక్కడ వెతకాలో చెప్పు. పోలీస్ కమిషనర్ నీకు కావలసిన సహాయం యిస్తారు. తెలిస్తే వెళ్ళి పట్టుకో!" అన్నాడు యుగంధర్.

"అదే ఆలోచిస్తున్నాను."

యుగంధర్ చిన్నగా నవ్వాడు. రాజుకూడా నవ్వాడు. అయిదు నిమిషాల సేపు ఎవరికి వాళ్ళు ఆలోచిస్తూ మౌనంగా కూర్చున్నారు. చటుక్కున యుగంధర్ వేపు చూసి "నాకో ఆలోచన తట్టింది" అన్నాడు రాజు.

"ఏమిటది?" అడిగాడు యుగంధర్.

"శిరీష్‌ని వొదిలిపెట్టడానికి ప్రభుత్వాన్ని ఒప్పించామని అతనికి చెప్పండి."

"చెపుతాను. తర్వాత?"

"శిరీష్‌లా మేకప్ చేసుకుని నేను వెళతాను. అతను నన్ను కలుసుకుంటాడు. అప్పుడు పట్టుకోవచ్చు."

యుగంధర్ నవ్వి "వీరభద్రరావు అంత తెలివితక్కువవాడు కాదని యింకా నీకు తెలియలేదా! నిజంగా మనం శిరీష్‌ని వొదిలిపెట్టించినా వీరభద్రరావు అతన్ని కలుసుకోడు. కొడుక్కి డబ్బు అందే ఏర్పాటు చేసి విదేశాలకు పంపేస్తాడు. తర్వాత ఎప్పుడో శిరీష్ వెళ్ళిన దేశం వెళతాడు" అన్నాడు.

కమిషనర్ తలవూపి "యుగంధర్ యీజ్ రైట్!" అన్నాడు.

రాజు మొహం వేళ్ళాడేసి "పోనీ యింకో..." అని ఆగాడు.

"చెప్పు."

"వీరభద్రరావు యింట్లో టెలిఫోన్ వుండి వుంటుంది."

"ఉంటుందని ఎందుకనుకుంటున్నావు?"

"ఆరోజు కొత్తవాళ్ళెవరినీ ఫోన్ చెయ్యనివ్వవద్దని ప్రైవేట్ ఫోన్‌లున్న వాళ్ళందరికీ పోలీసు అధికారులు చెప్పారు.

"అవును" అన్నాడు కమిషనర్.

"పబ్లిక్ టెలిఫోన్ బూత్‌ల దగ్గర ఎర్రదీపాలు ఏర్పాటుచేసి అతన్ని పట్టుకునేందుకు గట్టి పథకం వేశారు."

"యస్."

"కాని అతను టెలిఫోన్ వుపయోగించకుండా తిన్నగా యిక్కడికి వచ్చి మీతో మాట్లాడాడు. పోలీసులు చేసిన ఏర్పాట్లన్నీ అతనికి తెలుసునని చెప్పాడు కదూ?"

"అవును" అన్నాడు యుగంధర్.

"అతనికి ప్రైవేట్ టెలిఫోన్ వుంటే అందరితో బాటు పోలీసులు అతన్నీ హెచ్చరించి వుంటారు. కొత్తవాళ్ళ నెవర్నీ తమ టెలిఫోన్‌లు వుపయోగించనివ్వ వద్దని పోలీసులు చెప్పిన విషయం ఆ విధంగా అతనికి తెలిసివుంటుంది" రాజు ఉత్సాహంతో చెప్పాడు.

"వెరీగుడ్ పాయింట్, నిజమే! అయితే?" అడిగాడు యుగంధర్.

"ప్రైవేట్ టెలిఫోన్ వున్న ప్రతి యింటికి వెళ్ళి..." అని రాజు చెప్పబోతోంటే యుగంధర్ అడ్డు వచ్చి "అతని యింట్లో టెలిఫోన్ వుందని ఎందుకు అనుకోవాలి? వీరభద్రరావు రూపమూ, పేరూ మార్చుకున్నాడు. ఏదో వ్యాపారం చేస్తున్నట్లు ఒక యిల్లు అద్దెకు తీసుకుని ఆఫీసు పెట్టుకుని వుండవచ్చు. ఆ ఆఫీసులో ఫోన్ వుండవచ్చు" అన్నాడు.

రాజు నిరాశతో చూశాడు.

"రాజు చెప్పినట్లు చేస్తే నష్టమేమున్నది?" అడిగాడు కమిషనర్.

"ఏమీ వుండదు" చెప్పాడు యుగంధర్.

"అయితే రాజూ, పద! నా ఆఫీసుకు వెళదాం. ఏర్పాట్లు చేయిస్తాను" అన్నాడు కమిషనర్.

రాజు యుగంధర్ని ప్రశ్నార్థకంగా చూశాడు.

"వెళ్ళు. ఏదో ఒక ప్రయత్నం చెయ్యడం మంచిది" అన్నాడు యుగంధర్.

22

డిటెక్టివ్ యుగంధర్ తలుపు లోపల గడియపెట్టుకున్నాడు. ఎవరైనా తలుపు తియ్యడానికి ప్రయత్నిస్తే వెంటనే మోగే అలారం స్విచ్ వేసి పెట్టాడు. కన్సల్టింగ్ రూమ్‌లోకి వెళ్ళి కుర్చీలో కూర్చుని దీర్ఘంగా ఆలోచించడం ప్రారంభించాడు.

హంతకుడు ఎక్కడున్నదీ, ఏ వేషంలో వున్నదీ సూచనగానైనా తెలియనిదే వీధుల్లో పడి వెతకడం అర్థంలేని పని. హంతకుడు ఎంత తెలివైనవాడైనా, ఎంత జాగ్రత్తపడ్డా అతని గురించి తెలిపే విషయాలు కొన్ని వుంటాయి. వాటిని క్రమంగా పెట్టుకుని, అర్థం చేసుకుని హంతకుడి ఆచూకీ తెలుసుకునేందుకు తెలివైన అపరాధ పరిశోధకుడు తన మేధస్సు వుపయోగిస్తాడు. వీరభద్రరావుని గురించి రాజు వూహించిన విషయాలు చాలావరకు నిజమే

అయివుండవచ్చు. అతనికి కారు వుండి వుంటుంది. పెద్దయిల్లు, టెలిఫోన్ కూడా వుండాలి. డబ్బుకి ఆశపడి కిక్కురుమనకుండా అతను చెప్పినట్లు చేసే నౌఖర్లు కూడా వుండివుంటారు.

అప్పీలులో కొడుకు శిక్ష ఖాయం కాగానే వీరభద్రరావు ప్రాక్టీసు మానేసి ఆస్తి అమ్మేసి రొఖ్ఖం తీసుకుని మద్రాసు విడిచిపెట్టి వెళ్ళిపోయాడు. పేరు, రూపం మార్చుకుని తిరిగివచ్చి హత్యాకాండ సాగించి పోలీసులనూ, ప్రభుత్వాన్ని హడలుకొట్టి కొడుకుని విడుదల చేయించడానికి అప్పుడే పథకం ఆలోచించి వుంటాడు. లేకపోతే తన ఆచూకీ ఎవరికీ తెలియకుండా అలా ఎందుకు పరారీ అవుతాడు?

మద్రాసులో పాతికేళ్ళు 'లా' ప్రాక్టీసు చేసిన మనిషికి ఎంతోమంది స్నేహితులుంటారు. ఎంత దూరాన్నించి అయినా అతన్ని పోల్చగల ఆత్మీయులుంటారు. మేకప్‌తో రూపం మార్చుకున్నా, కంఠస్వరం మార్చి మాట్లాడినా గుర్తుపట్టగల వాళ్ళుంటారు. అదీగాక యిరవైనాలుగు గంటలూ పెట్టుకున్న మీసాలతో, మేకప్ చేసుకున్న మొహంతో వూళ్ళో ఎట్లా తిరుగుతాడు? బహుశా మొహానికి ప్లాస్టిక్ సర్జరీ చేయించుకుని వుంటాడు.

మనదేశంలో ప్లాస్టిక్ సర్జరీ నిపుణులు ఒకరో యిద్దరో బొంబాయిలో వున్నారు. మద్రాసులో లేరు. వీరభద్రరావు బొంబాయి వెళ్లి మొహానికి ప్లాస్టిక్ సర్జరీ చేయించుకున్నాడా?

"నా మొహం పూర్తిగా మార్చాలి. ఈ మొహానికి ఆ మొహానికీ ఎక్కడా పోలిక లేకుండా చెయ్యాలి" అని సర్జన్‌కి చెపితే అతనికి అనుమానం కలగదా? డబ్బుకి కక్కుర్తిపడి ఒప్పుకుంటాడా! లేక విదేశాలకి వెళ్లి ప్లాస్టిక్ సర్జరీ చేయించుకుని తిరిగివచ్చాడా! అయితే పాస్‌పోర్ట్ ఐడెంటిఫికేషన్ పత్రాలు మొదలైనవి ఎట్లా సంపాదించాడు? పేరు మార్చుకుని, రూపం మార్చుకుని విదేశాన్నించి ఎలా తిరిగివస్తాడు! పాస్‌పోర్ట్ ఎలా వస్తుంది? డబ్బు యిచ్చి దొంగ పాస్‌పోర్ట్ సంపాదించి విదేశాన్నించి తిరిగివచ్చి వుంటాడా! ఆస్తి అమ్మివేసి పోగుచేసిన రొఖ్ఖం అంతా ఏంచేసి వుంటాడు? బొంబాయిలో బ్యాంకులో వేసి వుండాలి. అంత డబ్బు వేస్తూ అక్కౌంట్ ప్రారంభించే మనిషిని బ్యాంక్ ఏజెంట్ గుమస్తా చూడకుండా వుండరు. ఇంకో మొహంతో తిరిగివచ్చి బ్యాంకులోంచి డబ్బు తీసుకోబోతే వాళ్ళకి అనుమానం కలిగివుండదా? డబ్బు బ్యాంక్‌లో వేయకుండా రొఖ్ఖంగానో, బంగారంలోకి మార్చో ఎక్కడో దాచిపెట్టి

వుండవచ్చు. విదేశాన్నించి తిరిగివచ్చి మారుపేరుతో యిక్కడ జీవితం ప్రారంభించి వుంటాడు. ఆ మారుపేరు ఏమిటో తెలుసుకోవడం ఎట్లా? మారురూపంలో తీయించుకున్న ఫోటో వుంటుందా?

విదేశానికి మద్రాసు నుంచి బయలుదేరి వుండడు. బొంబాయికి వెళ్ళి అక్కణ్ణించి వెళ్ళాడా?

యుగంధర్ రిసీవర్ తీసి బొంబాయి నగర పోలీస్ కమిషనర్‌కి పర్సన్ టు పర్సన్ ఎక్స్‌ప్రెస్ ట్రంక్‌కాల్ బుక్ చేశాడు.

ఇరవై నిమిషాల తర్వాత టెలిఫోన్ మోగింది. బొంబాయి కాల్ తీసుకోమని ఆపరేటర్ చెప్పింది.

"డిటెక్టివ్ యుగంధర్ హియర్."

"యస్. కమిషనర్ స్పీకింగ్."

"గత రెండు సంవత్సరాలలో ఎప్పుడో మద్రాసులో లాయర్‌గా వుండే వీరభద్రరావు అనే ఆయన బొంబాయినించి విదేశాలకు వెళ్ళి వుండాలి. ఎప్పుడు, ఏ దేశానికి వెళ్ళాడో మీ రికార్డులో వుంటుందనుకుంటాను."

"యస్. వుంటుంది."

"ఆ వివరాలు కావాలి."

"ఆల్‌రైట్. వివరాలు వ్రాయించి పోస్టు చెయ్యనా?"

"ఒద్దు, టెలిప్రింటర్ ద్వారా మద్రాసు పోలీస్ కమిషనర్ ఆఫీస్‌కి పంపండి."

"ఆల్‌రైట్."

"థాంక్స్" చెప్పి యుగంధర్ రిసీవర్ పెట్టేశాడు. హాల్లో పచార్లు చేస్తూ ఆలోచిస్తున్నాడు. అంతలో టెలిఫోన్ మోగింది.

"హల్లో! యుగంధర్ స్పీకింగ్."

"భుజంగరావుని. మీరు ఒకసారి రాగలరా?"

"వెంటనే వస్తున్నాను" అని రిసీవర్ పెట్టేశాడు యుగంధర్. క్రిజ్లర్ కారు ఎక్కి బయలుదేరాడు.

యుగంధర్ని చూసి కూడా నౌఖరు తలుపు తెరవలేదు. మేడమీదికి వెళ్లి భుజంగరావుకి చెప్పి తర్వాత వచ్చి తలుపు తీశాడు.

"క్షమించండి. ఎవరు వచ్చినా తనకు చెప్పనిదే తలుపు తెరవవద్దని అయ్యగారు చెప్పారు" అన్నాడా నౌఖరు.

"అవును. అది మంచిదే" అని యుగంధర్ మేడమెట్లు ఎక్కాడు.

ఈ నాలుగు రోజుల్లో వయస్సు పదియేళ్ళు పెరిగినట్లు కనపడ్డాడు భుజంగరావు. మొహం పీక్కుపోయింది. కళ్ళకింద గుంటలు. బలహీనంగా వున్నాడు.

"అలా వున్నారేం!" అడిగాడు యుగంధర్.

భుజంగరావు చిన్నగా నవ్వి "మానసిక వ్యధ. కూర్చోండి యుగంధర్! ఇవాళ పోస్ట్‌లో ఈ ఉత్తరం వచ్చింది" అంటూ యుగంధర్‌కి ఒక కవరు అందించాడు.

కవరులోంచి కాయితం బయటికి లాగి అడుగున సంతకం వుందేమో చూశాడు. X గుర్తు మాత్రం వుంది. చదవడం ప్రారంభించాడు.

"భుజంగరావుగారికి,

మీ మనుమరాలు పద్మప్రియ నా ఆధీనంలో వున్నదని మీకు తెలుసా! ఇప్పటివరకూ క్షేమంగానే వున్నదని చెప్పడానికి సంతోషిస్తున్నాను. ఈ వుత్తరం వెనకవైపు మీకు పద్మప్రియ రాసింది.

ఇప్పుడు మీకు ఈ ఉత్తరం నేను రాయడానికి కారణం వుంది. పద్మప్రియ క్షేమం తెలపడం కాదు. నాకో కొడుకు వున్నాడు. పేరు శిరీష్. ఎవరో తప్పుడు సాక్ష్యం చెప్పడంవల్లో, కేసు అపార్థం చేసుకోవడంవల్లో వాడి, నా దురదృష్టంవల్లో వాడిమీద హత్యానేరం మోపబడింది. విచారణ జరిగి యావజ్జీవ శిక్ష పడింది. వాణ్ని జైలులోంచి విడిపించడానికి నా ప్రయత్నం నేను చేస్తున్నాను. మీరు నాతో సహకరిస్తే మీ మనుమరాలు పద్మప్రియని మీ యింటికి పంపేస్తాను."

పద్మప్రియ, రాధ నా బందీలుగా వున్నారు. నేను తలుచుకుంటే వీళ్ళిద్దర్నే కాక ఇంకా యెంతమందినో హత్య చెయ్యగలను. ఇప్పటికి ముగ్గుర్ని హత్య చేశాను. పోలీసులు కాని, ప్రఖ్యాత డిటెక్టివ్ యుగంధర్ కాని నన్ను పట్టుకోలేక పోయారు. వాళ్ళకి ఆ సమర్థత లేదు. ఉంటే ఈపాటికి పట్టుకునేవాళ్ళే.

శిరీష్‌ని వొదిలిపెట్టమన్నాను. నేను అడిగింది అంతే. ఈ దేశంలో వుండడనీ, యింకో దేశానికి వెళ్లిపోతాడనీ చెప్పాను. అందులో పోలీసులకు నామర్దా ఏమీలేదు. వాళ్ళ ప్రతిష్ట కాపాడుకునేందుకు జైలులోంచి తప్పించుకుని పారిపోయాడని చెప్పవచ్చునన్నాను. కాని పోలీసు అధికారులు, ప్రభుత్వోద్యోగులు ఒప్పుకోలేదు.

రెండురోజులు గడువు ఇస్తున్నాను. ఈలోగా మీరు గవర్నర్ని, మంత్రులనీ కలుసుకుని మాట్లాడి నా షరతులకు వాళ్ళని ఒప్పించండి. ఇది వాళ్ళకు వ్యక్తిగతమైన సమస్య కానందువల్ల ఒప్పుకోకపోవచ్చు. కాని ఇది మీకు వ్యక్తిగత సమస్య. పద్మప్రియ ప్రాణం మీరు కాపాడాలంటే నా కుమారుణ్ని వదిలిపెట్టే ఏర్పాటు మీరు చెయ్యాలి. ఆలస్యం చేయకండి. వెంటనే పూనుకోండి. ఎల్లుండివరకూ నావల్ల మీకు ఎటువంటి ఆపదా కలగదు."

యుగంధర్ ఉత్తరం చదివి మడిచి భుజంగరావుకి యిచ్చేశాడు.

"ఏమంటారు?" అడిగాడు ఆయన.

"ఏమనగలను?"

"గవర్నర్ని కలుసుకోనా?"

"అది మీరే నిర్ణయించుకోవాలి."

"ఆ వీరభద్రరావుకి పిచ్చిపట్టిందేమో! లేకపోతే తనకి ఎటువంటి హానీ చెయ్యని వాళ్ళని ఎత్తుకుపోవడం, అకారణంగా హత్యలు చెయ్యడం పిచ్చి లక్షణాలు కాకపోతే యేమిటి?"

"నిజమే! కాని పిచ్చివాడు చెప్పినట్టల్లా చెయ్యడం ఎలా!"

"చెయ్యక తప్పదుకదూ! యే నేరమూ యెరగని అమాయకులను ఎత్తుకుపోయి చంపుతానంటున్నాడు. చంపితే చంపనీ అని ఎట్లా వూరుకోవడం!"

"క్షమించండి భుజంగరావుగారూ! ఈ విషయంలో మీకు సలహా ఇవ్వలేను నేను. ప్రభుత్వంతో సంబంధమున్న విషయం ఇది. ప్రభుత్వంమీద ఒత్తిడి తీసుకురావడమో, మానడమో మీరే నిర్ణయించుకోవాలి."

"పద్మప్రియ ఆచూకీ యేమైనా మీకు తెలిసిందా?"

"లేదు."

"పద్మని విడిపించే అవకాశం యేమైనా వుందా?"

"ఉందనే అనుకుంటున్నాను."

"పద్మకి ఆపద కలగదనీ, క్షేమంగా తీసుకురాగలననీ మీరు హామీ యివ్వగలరా?"

"యివ్వలేను."

"ఉన్నది వున్నట్లు చెప్పినందుకు థాంక్స్" అని భుజంగరావు లేచి కోటు తొడుక్కున్నాడు.

"నేనిక వెళ్లవచ్చా?" అడిగాడు యుగంధర్.

భుజంగరావు తలవూపాడు.

23

"బొంబాయి నించి మీకు టెలీప్రింటరు మెసేజ్ వచ్చింది" అన్నాడు కమిషనర్ యుగంధర్‌కి ఓ కాగితం యిస్తూ.

"రిఫరెన్స్ వీరభద్రరావు. ఎంక్వయిరీ డిటెక్టివ్ యుగంధర్. ఒకటిన్నర సంవత్సరం కింద వీరభద్రరావు విమానంలో అమెరికాకి వెళ్లాడు. తిరిగి వచ్చినట్లు రికార్డులో లేదు" ఆ కాగితంలో వున్న విషయం యిది.

"దీన్నిబట్టి యేమైనా తెలుస్తోందా?" అడిగాడు కమిషనర్.

"నా ఊహ సరైనదే అనిపిస్తోంది. రాజు యేం చేస్తున్నాడు?"

కమిషనర్ చిన్నగా నవ్వి "రాజు, యిన్‌స్పెక్టర్ స్వరాజ్యరావు, సార్జంట్ శివం, డజనుమంది డిటెక్టివ్ కానిస్టేబుల్స్ సహాయంతో టెలిఫోన్‌లు వున్న యిళ్లన్నీ తనిఖీ చేస్తున్నారు" అన్నాడు.

"ట్రంకుపెట్టెలో శవం గురించి యేం తేలింది?"

"వేణుగోపాల్‌నీ, వైకుంఠరావునీ పిలిపించాను. మీనాక్షి శవం అని గుర్తుపట్టడానికి ఆధారాలు యేమీ లేవని చెప్పారు."

"ఆల్‌రైట్! నేను బొంబాయి వెళ్ళి రేపు సాయంకాలానికి తిరిగివస్తాను."

"బొంబాయికి ఎందుకు? అక్కడి కమిషనర్‌కి మెసేజ్ పంపిస్తే కావలసిన విషయాలు కనుక్కుని తెలియజేస్తారుగా."

"నేనే వెళ్ళడం మంచిది" అన్నాడు యుగంధర్.

కమిషనర్ ఒక నిమిషంపాటు ఆలోచించి "ఆల్‌రైట్" అన్నాడు.

డిటెక్టివ్ యుగంధర్ విమానంలో బొంబాయికి బయలుదేరుతున్నాడని మద్రాసు కమిషనర్ బొంబాయి పోలీస్ కమిషనర్‌కి వార్త పంపాడు. బొంబాయి కమిషనర్ మెహతా యుగంధర్‌కి చిరకాల స్నేహితుడు. అందుకే ఆయన విమానాశ్రయానికి వెళ్ళాడు.

"ఎందుకు ఇక్కడికి వచ్చారు! అంత శ్రమ దేనికి? నేనే మీ ఆఫీసుకు వస్తున్నానుగా!" అన్నాడు యుగంధర్ విమానం దిగి మెహతాకి షేక్‌హ్యాండ్ యిస్తూ.

"ఇప్పుడు నాకంత పని యేమీ లేదు. రండి" అని యుగంధర్ని తన కారు దగ్గిరికి తీసుకువెళ్ళాడు మెహతా.

కారు కదిలింది. తను దర్యాప్తు చేస్తున్న కేసుగురించి మెహతాకి వివరంగా చెప్పాడు యుగంధర్.

"గుడ్ గాడ్. పిచ్చివాడు మా బొంబాయిలో హత్యలు ప్రారంభించలేదు అంతవరకు నయమే! చాలా చిక్కయిన కేసే. మద్రాసు పోలీసులూ, ప్రభుత్వోద్యోగులూ చాలా యిబ్బందిలో పడివుంటారు."

యుగంధర్ నవ్వి "అటువంటి సమస్య మీకు కలిగితే యేం చేస్తారు? శిరీష్ని వదిలిపెట్టమని సలహా యిస్తారా?" అడిగాడు.

"నో! నో! ఒకసారి అటువంటి బలహీనత కనబరిచామా ఇక పోలీసులకి రాష్ట్రంలో పరపతి వుండదు" అన్నాడు మెహతా.

యుగంధర్ తలవూపి తనకి కావలసిన సహాయం గురించి చెప్పాడు.

"ఓ యస్! ఇన్స్పెక్టర్ని మీ కూడా పంపిస్తాను. కనుక్కోవడం కష్టం అనుకుంటాను. అయినా ప్రయత్నించండి. గుడ్ లక్!" అన్నాడు కమిషనర్.

24

"నాకు ఆకలేస్తోంది.'

"బిస్కట్లు యివ్వనా?"

"ఊహు."

"ఏం కావాలి?" అడిగింది పద్మప్రియ రాధని.

"అమ్మ కావాలి" అన్నది నాలుగేళ్ళ రాధ కళ్లనిండా నీళ్ళు పెట్టుకుని.

"రేపు మీ అమ్మదగ్గిరికి తీసుకువెళతాలే. బిస్కట్లు తిను" అని రాధని వొళ్ళోకి తీసుకుంది పద్మ.

"రోజూ రేపు రేపు అంటున్నావు. అమ్మ ఇప్పుడే కావాలి" అని యేడవడం మొదలుపెట్టింది రాధ.

ఏం చెప్పాలి! ఎట్లా సముదాయించాలి! పద్మ కళ్ళల్లో కూడా నీళ్ళు నిండాయి.

"ఏడవకు రాధా! అమ్మ దగ్గిరికి తీసుకువెళతాగా!" అని రాధ తల నిమిరింది.

అంతలో తలుపు తెరిచి ఓ స్త్రీ తొంగిచూసింది. నల్లగా, లావుగా వుంది. నెరిసిన జుట్టు, రెండు బంగారం పళ్ళు, చెవులకి బంగారం చుట్టలు, ఎర్రచీర... భయంకరంగా వుంది.

"ఎందుకు యేడుస్తోంది" అడిగింది పద్మని.

"అమ్మ కావాలిట."

పొగాకు నములుతూ "కాసేపట్లో ఓ అమ్మ వస్తుంది ఈ గదిలోకి" అన్నది నవ్వుతూ.

"ఎవరా అమ్మ?" అడిగింది పద్మ.

ఆ స్త్రీ పెదిమ విరిచి "నాకు తెలియదు. ఊరికే గొడవ చెయ్యకండి. అయ్యగారు పక్కగదిలో వున్నారు" అని తలుపు మూసి వెళ్ళిపోయింది.

కాపలాకి పెట్టిన ఆ స్త్రీని చూస్తే పద్మప్రియకి ఎందుకో భయం. తననేమీ చెయ్యలేదు. ఎప్పుడూ కసరనైనా కసరలేదు. కాని ఆ మొహం చూస్తే ఆమెకి వణుకు పుట్టుకొస్తుంది. రాధ గుక్కపెట్టి యేడుస్తుంది.

తను ఇంకెవర్నో యెత్తుకు వచ్చాడన్నమాట. ఇందర్ని ఇలా ఎత్తుకువస్తూ వుంటే పోలీసులు, ఆ డిటెక్టివ్ యుగంధరూ యేం చేస్తున్నారు అనుకుంది పద్మ.

అంతలో మళ్ళీ తలుపు తెరుచుకుంది.

"వెళ్ళు, ఊ! లోపలికి వెళ్ళు" అరిచింది ఆ భయంకరమైన స్త్రీ. ఎవరో ఒక తోపు తోసినట్లు ఓ యువతి గదిలోకి వచ్చిపడ్డది. వెంటనే తలుపు మూసుకుంది. ఆమె తల పైకెత్తి పద్మప్రియనీ, రాధని చూసింది.

విరబోసుకున్న జుట్టు, ఎర్రగా వున్న కళ్ళు, చెంపలమీదినించి రక్తం సన్న ధారగా కారుతోంది. కణతమీద రక్తంచుక్కలు, గజగజ వొణుకుతోంది.

పద్మప్రియ ఒక గంతులో ఆ యువతిని సమీపించి "ఎవరమ్మా మీరు? యేమైంది? ఆ గాయాలు యేమిటి?" అడిగింది ఆప్యాయంగా.

పద్మ అలా అడగ్గానే ఆమెకు దుఃఖం పొంగివచ్చింది. పదినిమిషాల తర్వాత దుఃఖం దిగమింగి చెప్పడం ప్రారంభించింది.

తన పేరు మీనాక్షి. తండ్రి యింటికి వెళ్ళాలని బయలుదేరి బస్టాప్ దగ్గిర నిలబడింది. బస్ ఎంతసేపటికి రాలేదు. టాక్సీ ఎక్కుదామను కుంటుండగా తనముందు ఓ కారు ఆగింది. తన భర్త చెయ్యి టేబుల్ ఫ్యానులో పడిందనీ,

ఆస్పత్రికి తీసుకువెళ్లామని చెప్పి మేనేజర్ కారు పంపాడనీ ఆ కారు డ్రైవర్ చెప్పాడు. తను వెంటనే ఆ కారు ఎక్కింది. ఆ సమయంలో బస్టాప్‌దగ్గిర ఇంకెవరూ లేరు. వీధిలోకూడా దరిదాపుల జనం లేరు. కారు జనరల్ ఆస్పత్రివేపు తిప్పలేదు అతను. ఇటు వెళుతున్నావేం అని అడిగింది తను. అతను జవాబు చెప్పకుండా వెనక్కి తిరిగి తన తలమీద గట్టిగా కొట్టాడు. దేంతో కొట్టాడోగాని వెంటనే తనకి స్పృహ పోయింది. స్పృహ వచ్చిన తర్వాత చూస్తే ఒక గదిలో వుంది. అంతవరకూ చెప్పి మీనాక్షి యేడ్వడం మొదలుపెట్టింది.

"ఏడవకండి. ప్రయోజనమేమున్నది! తరవాత యేం జరిగింది? ఈ గాయాలు ఎట్లా తగిలాయి?" అడిగింది పద్మప్రియ.

"నాకు స్పృహ వచ్చేటప్పటికి నా యెదుట ఇంతకుముందు ఇక్కడికి వచ్చిన మనిషి కూర్చుని వుంది. యెక్కడున్నానని అడిగాను. అది జవాబు చెప్పకుండా గదిలోంచి వెళ్ళిపోయింది. అది వెళ్లిన అయిదు నిముషాలకి ఓ మనిషి గదిలోకి వచ్చాడు. చాలా శుభ్రంగా వున్న ఖరీదయిన బట్టలు వేసుకున్నాడు. ఇంగ్లీష్‌లో బాగా మాట్లాడాడు. అతని ముఖంలో ఏ కోశానా దయాదాక్షిణ్యాలు అనేవి లేవు. చాలా క్రూరంగా వుంది. నువ్వు యెవరు? నన్ను యెందుకు యెత్తుకొచ్చావు? అని అడిగాను. తనెవరో చెప్పలేదు. కాని అతని కంఠస్వరం ఎప్పుడో ఎక్కడో విన్న కంఠస్వరంలా వుంది. నా కెదురుగా కూర్చుని కోర్టులో లాయర్ ప్రశ్నించినట్లు ప్రశ్నించాడు."

"ఏం విషయం?" అడిగింది పద్మప్రియ.

"ఓ హత్య గురించి."

"ఎవరి హత్య? ఆ హత్యగురించి నీకు ఏం తెలుసు?"

పద్మ ఆ ప్రశ్న అడగగానే మీనాక్షి కొంచెం అనుమానంగా చూసింది. "నువ్వు కూడా అతని మనిషివేనా! ఈ సానుభూతి, ఆపేక్ష అంతా నాటకమా?" అడిగింది.

"నన్నూ, ఈ రాధనీ కూడా నిన్ను ఎత్తుకొచ్చినట్టే యెత్తుకువచ్చి యీ గదిలో బంధించాడు."

"నిజమేనా?"

"అవును."

"మరి నీ మొహానికి గాయాలేమీ లేవే!"

"ఏమో! ఇంతవరకు మా జోలికి రాలేదు. కావలసినవన్నీ పంపిస్తున్నాడు. స్వేచ్ఛ లేకుండా బంధించాడు కాని ఇంటికీ ఇక్కడికీ ఏమీ తేడా లేకుండా చూస్తున్నాడు. ఒకటి రెండుసార్లు అతను ఇక్కడికి వచ్చి అన్నీ సరిగా అందుతున్నాయా, యేం ఇబ్బంది లేకుండా సౌకర్యంగా వుందా అని అడిగాడు. నాకు అతను క్రూరంగా కనిపించలేదు. కాని నేను విన్న విషయాలను బట్టి అతనో హంతకుడని తెలిసింది."

మీనాక్షికి పద్మప్రియమీద అనుమానం పోలేదు. మౌనంగా వుండిపోయింది.

"ఈ గాయాలు అతనే చేశాడన్న మాట" అన్నది పద్మ.

మీనాక్షి తలవూపింది.

"హింసించాడా?" అడిగింది పద్మ.

తలవూపింది మీనాక్షి.

"నేనడిగిన విషయం నీకు తెలియదా? తెలిసీ చెప్పదలచుకోలేదా?"

"నీకెందుకు ఆ విషయం?"

"ఇతను హంతకుడు. ఇప్పటికి ఒక హత్య చేశాడని నాకు తెలుసు. అందుకని అడిగాను."

"హత్యలు చేసే మనిషి అని మొహం చూస్తేనే తెలుస్తోంది"

"పోనీ చెప్పవద్దులే! ఆ గాయాలు తడి గుడ్డతో తుడుస్తానుండు" అని మీనాక్షిని నీళ్ళగదిలోకి తీసికెళ్ళింది పద్మ.

25

రాజూ, సార్జంట్ శివం ఒక జట్టుగా బయలుదేరారు. అడయార్, మైలాపూర్, శాంథోమ్ ప్రాంతాలు వాకబు చేస్తామన్నారు. మైలాపూర్‌లో ప్రైవేట్ టెలిఫోన్‌లు వున్న ఇళ్లన్నీ చూశారు. ఎవరినీ అనుమానించేందుకు కూడా ఎక్కడా ఆస్కారం లేకపోయింది. ఆ ఇళ్ళల్లో వున్నవాళ్ళు ఇచ్చిన సంజాయిషీ తృప్తిగా వుంది. పక్క ఇళ్ళల్లో వాకబు చేసి వాళ్ళ గత జీవితాలు దోష రహితంగా వున్నాయని తెల్చుకున్నారు. వీరభద్రరావు మైలాపూరులో లేడని నిర్ధారణ అయింది. తరవాత అడయార్‌లో దర్యాప్తు ప్రారంభించారు. అడయార్‌లో మైలాపూర్ అంత సులభంగా పనికాలేదు. ఇళ్ళు దగ్గిర దగ్గిరగా లేవు. పెద్ద పెద్ద బంగళాలు, విశాలమైన తోటలు, శ్రీమంతుల భవంతులు.

పక్క ఇళ్ళలో విచారించితే ఏమీ చెప్పలేకపోయేవారు. ఒకళ్ళ జోలికి ఒకళ్ళు పోరు. ఒకరి విషయం ఇంకోరు పట్టించుకోరు. ఎవరి సంగతి వాళ్ళది. అందుకని తిన్నగా ఇంట్లోకి వెళ్లి యింటి యజమానులని చూసి అడుగుతున్నారు.

"ఎకనామికల్, స్టాటిస్టిక్స్ బ్యూరోనించి వచ్చాము. ప్రభుత్వం ప్రజల గురించి కొన్ని వివరాలు సేకరించడానికి ప్రయత్నిస్తోంది" అని ప్రారంభించి ప్రశ్నలు అడుగుతున్నారు.

ఓ ఇంటిముందు ఓ పక్క 'కాంతి' అన్న బోర్డు వున్నది. ఇంకోపక్క కె.సుందరేశ్వరరావు అన్న బోర్డు వుంది. గేటునించి ఇంటికి దాదాపు అరఫర్లాంగు దూరం. విశాలమైన తోట, గుబురుగా వున్న చెట్లు, అందంగా పూసిన పూలమొక్కలు. పోర్టికోలో తళతళ మెరుస్తున్న సరికొత్త అంబాసిడర్ కారు.

రాజు కాలింగ్‌బెల్ నొక్కాడు.

ఏభై సంవత్సరాల వృద్ధురాలు వచ్చి తలుపు తెరిచింది. మనిషిని చూస్తే దాసీదని తెలుస్తోంది.

"అయ్యగారున్నారా?"

"యెవరు మీరు?"

"గవర్నమెంట్ ఉద్యోగులం."

చెపుతానని ఆ మనిషి వెళ్లిపోయింది. రాజూ, శివం వసారాలో నిలబడ్డారు. సార్జంట్ శివం యూనిఫారంలో లేడు.

అయిదు నిముషాల తర్వాత ఒకాయన వచ్చి "యస్, కమిన్" అన్నాడు.

"మేము స్టాటిస్టిక్స్ బ్యూరో నించి వస్తున్నాం" అని పుస్తకం తెరుస్తూ "కొన్ని విషయాలు అడగాలి" అన్నాడు రాజు.

"అడగండి" అన్నాడు ఆయన చిన్నగా నవ్వుతూ.

అతనికి యాభై ఏళ్ళకు పైగా వుంటాయి. సన్నగా, పొడుగ్గా వున్నాడు. సన్నగా వున్నా బలహీనుడు కాడు. చామనచాయ, అమెరికన్ ఫ్రేమ్ కళ్ళద్దాలు. షార్క్‌స్కిన్ సూటు, వేలికి ఉంగరం, బంగారు గొలుసు, చేతిగడియారం.

"మీ పేరు?"

"సుందరేశ్వరరావు."

"ఉద్యోగం?"

"ప్రొప్రయిటర్, ఇండియా కెమికల్స్ ఎక్స్‌పోర్టర్సు, ఫస్టులైన్ బీచి, నెంబరు 979."

"మీ వయస్సు?"

"యాభై నాలుగు."

"మీ ఇంట్లో ఎంతమంది వున్నారు?"

"నా భార్య పోయింది. పిల్లలు లేరు. నేనూ, పనిమనిషి."

"ఇంకా నౌఖర్లున్నారా?"

"లేరు. తోటపని చూడడానికి పక్కయింటి తోటమాలి రెండు రోజులకోసారి వస్తాడు."

"మీ ఆదాయం?"

అతను నవ్వి "నిజంగా మీరు స్టాటిస్టిక్స్ బ్యూరో వాళ్ళేనా లేక యిన్‌కంటాక్స్ వాళ్లా?" అడిగాడు.

"మా కార్డు చూడవచ్చు" అని రాజు జేబులో చెయ్యి పెట్టాడు.

"నో. నో. తమాషాకి అన్నాను. దటీజ్ ఆల్‌రైట్! పోయిన సంవత్సరం ఖర్చులన్నీ పోగా నికర ఆదాయం పధ్నాలుగు వేలు వచ్చింది."

"అంతకుముందు సంవత్సరం?"

"యెనిమిది వేలు."

"మీరు వ్యాపారం ప్రారంభించి ఎంత కాలమైంది?"

"రెండేళ్ళు."

"ఈ ఇల్లు మీరు కట్టించారా, కొన్నారా?"

"కొన్నాను."

"ఎంతకాలం అయింది?"

"ఏడాదిన్నర అయింది."

"ఎంతకి కొన్నారు?"

"లక్షా యాభైవేలకి."

"మీ యిల్లు లోపలంతా చూడవచ్చా?"

"స్టాటిస్టిక్స్‌కీ నా యింటికీ సంబంధమేమిటి?"

"ఏ ఇంటికి ఎన్ని గదులున్నదీ కూడా తెలుసుకోమన్నారు మా పై

అధికారులు" అన్నాడు రాజు నవ్వుతూ.

ఆయన ఒక నిముషంపాటు ఆలోచించి "ఆల్‌రైట్! పదండి" అన్నాడు.

ఆయన ముందు, వెనక రాజు, తర్వాత సార్జంట్ శివం హాలుదాటి ఓ పెద్దగదిలోకి వెళ్ళారు. డైనింగ్ టేబుల్, కుర్చీలు, ఫ్రిజిడేర్- అది వంటయిల్లు. ఎడంవైపు కొట్టు గది. దానివెనక నీళ్ళగది, వసారా. ఒక్కొక్క గదీ చూసుకుంటూ రాజు కాయితంమీద రాసుకుంటున్నాడు.

"మేడ?" అడిగాడు శివం.

"రండి. వెళదాం" అని మళ్ళీ హాల్లోకి దారితీసి మేడమెట్లు ఎక్కాడు ఆ ఇంటి యజమాని. రాజు, సార్జంటు శివం ఆయనవెనకే మేడమెట్లు యెక్కారు.

"ఇది నా పడకగది" అన్నాడు అతను ఒక గది తలుపు తీసి.

అది ఏర్‌కండిషన్డ్ గది. మధ్య పెద్ద మంచం, కింద తివాసీ.

"అది అతిథుల గది" అని యింకో గది తలుపు తెరిచాడు ఆయన.

రాజు, సార్జెంట్ ఆ గదిలోకి వెళ్ళారు. కీచుమన్నది ఎక్కడో. చిన్న నవ్వు వినిపించింది. రాజు చటుక్కున వెనక్కి తిరిగాడు. తలుపు మూసుకున్నది. ఒక్కగంతులో తలుపు దగ్గిరికి వెళ్ళి లాగాడు. రాలేదు. ఎగిరి రెండు కాళ్ళతో బలంగా తన్నాడు. కదలలేదు. ఇద్దరూ గదిలో బంధింపబడ్డారు. రాజు శివంవేపు చూశాడు.

"ఇతను హంతకుడేమో అని అనుమానం కలిగిన తర్వాత దురుసుగా ఇలా లోపలికి వచ్చి వుండకూడదు" అన్నాడు శివం.

"ఇంటిలోపల చూస్తే యితను హంతకుడో కాదో నిర్ధారణ అవుతుందను కున్నాను."

"అయిందేదో అయింది. ఇప్పుడేం చెయ్యాలి అని ఆలోచించాలి మనం."

"గది సౌండ్‌ప్రూఫ్. ఉక్కు తలుపులు. కిటికీలు చాలా ఎత్తుగా వున్నాయి. దగ్గిర దగ్గిరగా వూచలు, తప్పించుకు బయటపడటం చాలా కష్టం" అన్నాడు రాజు.

అంతలో "దయచేసి మీ ఇద్దరూ జేబుల్లో వున్న వస్తువులన్నీ తీసి బల్లమీద పెట్టండి" అన్న మాటలు వినిపించాయి.

ఇద్దరూ ఉలిక్కిపడ్డారు. ఎక్కణ్ణించి మాట్లాడుతున్నాడు! మాయ తలుపు ఏమైనా వుందా అనుకుంటూ రాజు చుట్టూ చూశాడు.

"దయచేసి చెప్పినట్లు చెయ్యండి."

లౌడ్‌స్పీకర్లోంచి ఆ మాటలు వినిపిస్తున్నాయని రాజు గ్రహించాడు.

"ఏమిటిది! మమ్మల్ని ఎందుకిట్లా బంధించారు? మేము ప్రభుత్వోద్యోగులం. ఇది నేరం" అన్నాడు రాజు.

నవ్వు వినిపించింది. "మీరు యుగంధర్ అసిస్టెంట్ రాజు, అతను సార్జంట్ శివం. అవునా! చెప్పినట్లు చెయ్యండి."

"చెయ్యకపోతే?"

"మంచిదికాదు" ఆ మాటతో ఢాం అని పేలుడు వినిపించింది. గుండు పక్కనించి దూసుకుపోయి సోఫాలో గుచ్చుకుంది.

"ఇంకోసారి చెపుతున్నాను."

రాజు, శివం ఒకరి మొహం ఒకరు చూసుకున్నారు. మనీపర్సులు, పిస్తోళ్ళు అన్నీ తీసి బల్లమీద పెట్టారు.

"తర్వాత?" అడిగాడు రాజు.

"మీ మంచికోసమే అవన్నీ యిచ్చెయ్యమన్నాను రాజూ! మా మనిషి భోజనం తెచ్చిపెడుతుంది. ఆ మనిషిని మోసంచేసి తప్పించుకునేందుకు ఆలోచించకండి. చాలా ప్రమాదం. ఇంకో విషయం. నా చేతిలో చిక్కానని యుగంధర్‌కి ఉత్తరం రాయి. బల్లసొరుగులో కాయితాలు, కలం వున్నాయి."

26

"మీరు వచ్చిన పని సులభంగానే అయిపోయింది. గుడ్!" అన్నాడు బొంబాయి పోలీస్ కమిషనర్ యుగంధర్‌తో.

"ఆ పేరుతోనే మద్రాసులో వుంటున్నాడో పేరు మళ్ళీ మార్చుకున్నాడో తెలియదు. ఈ ఫోటో దొరికింది. అంతవరకూ నయం."

"ఇక ఆ మనిషిని పట్టుకోవడం కష్టం కాదనుకుంటాను. విష్ యు గుడ్‌లక్."

కమిషనర్‌కి షేక్‌హ్యాండ్ యిచ్చి యుగంధర్ విమానం ఎక్కాడు.

ఏరుపోర్ట్‌లోనూ, కస్టమ్స్ ఆఫీసులోనూ వాకబు చేసి వీరభద్రరావు ఏ పేరుతో విదేశంనించి విమానంలో దిగిందీ తెలుసుకునేందుకు ఓ రోజంతా పట్టింది. అతని పాస్‌పోర్ట్‌లో యేదో చిన్నలోపం ఒకటి కనిపించడం వల్ల

కస్టమ్స్ వాళ్ళు పాస్‌పోర్ట్ తీసుకుని తరవాత పంపిస్తామని చెప్పారు. పేరు శ్రీరంగనారాయణ అని పూనా నగర వాస్తవ్యుడని పాస్‌పోర్ట్‌వల్ల తెలిసింది. వెంటనే యుగంధర్ ఈ వివరాలు పూనా పోలీసులకు తెలియజేసి శ్రీరంగనారాయణ పూనాలో యెక్కడున్నదీ వాకబు చేయించాడు.

శ్రీరంగనారాయణ అనే పేరు పాస్‌పోర్టులో వున్నది కాని, పాస్‌పోర్ట్‌లో వున్న ఫోటోతో పోలిస్తే వివరాలన్నీ వీరభద్రరావుకి సరిపోవు. యుగంధర్ ఆ విషయం పట్టించుకోక మద్రాసుకి బయలుదేరాడు. కారు తీసుకుని ఏర్‌పోర్టుకి రమ్మని రాజుకి మెస్సేజ్ పంపించాడు. విమానంలోంచి యుగంధర్ మీనంబాకంలో దిగగానే రాజు కనపడలేదు. పోలీస్ కమిషనర్, ఏ.సి. ఎదురయ్యారు.

"మీరెందుకు వచ్చారు? రాజు ఏడీ? ఇంకో హత్య జరిగిందా?" అడిగాడు యుగంధర్.

"రండి! ఆఫీసుకి వెళ్లి మాట్లాడుకుందాం" అన్నాడు కమిషనర్. వ్యాన్ కదలగానే ఆనాటి దినపత్రిక యుగంధర్‌కి ఇచ్చాడు.

"ఎర్రగుర్తు హంతకుడు... బెదిరింపు" అన్న శీర్షిక కనిపించింది పత్రిక తెరవగానే. యుగంధర్ చదవడం ప్రారంభించాడు.

"ఈ మధ్య చంపుతానని బెదిరిస్తూ ఎర్ర గుర్తు వుత్తరాలు కొంతమందికి వచ్చాయి. పోలీసు సూపరెంటెండెంట్ మాధవన్, ప్రాసిక్యూటర్ గోవిందస్వామి హత్య చెయ్యబడ్డారు. భుజంగరావు మనమరాలు పద్మప్రియనీ (20 సం॥) మాధవన్ మనమరాలు రాధనీ (4సం॥) ఎత్తుకుపోయి రెండురోజులక్రితం మీనాక్షి అనే యువతిని హత్యచేసిన ఎర్రగుర్తు ఉత్తరాలు రాసే హంతకుడు మా కార్యాలయానికి ఒక ఉత్తరం రాశాడు. దాన్ని యథాతథంగా ప్రచురిస్తున్నాము.

-సం॥

మద్రాసు నగర పౌరులారా! పాఠకులారా! నేను ఈ నగరంలో ప్రాక్టీసు చేసిన ఒక లాయర్ని. చాలాకాలం క్రితం, జరిగిన విషయం ఇది. నాకు ఒక్కడే కొడుకు. అతనిపేరు శిరీష్. మీనాక్షి అనే యువతిని నా కొడుకు ప్రేమించాడు. ఆ మీనాక్షికి శేషాద్రి అనే యింకో స్నేహితుడుండేవాడు. అతనూ మీనాక్షిని ప్రేమించాడు. వాళ్లిద్దర్లో యెవర్ని వివాహం చేసుకోవడమా అనే సందిగ్ధంలో పడింది మీనాక్షి. మీనాక్షి చివరికి శేషాద్రినే వివాహం చేసుకోడానికి

నిశ్చయించుకుంది. ఒక రాత్రి శేషాద్రి గదికి మీనాక్షి వెళ్లి కొంతసేపుండి యింటికి వెళ్ళిపోయింది. శేషాద్రితో మాట్లాడటానికీ, ఆ మీనాక్షిని పెళ్ళి చేసుకోవద్దని అతను ఆమెను సుఖపెట్టలేడని చెప్పడానికీ నా కొడుకు ఆ శేషాద్రి గదికి వెళ్లాడు. అప్పటికే శేషాద్రి హత్య చెయ్యబడ్డాడు. పోలీసులు నా కొడుకు శిరీష్‌మీద హత్యకేసు పెట్టారు. సూచనాపూర్వకమైన సాక్ష్యం మాత్రమే ప్రవేశ పెట్టారు. ప్రత్యక్ష సాక్ష్యంకానీ, నా కొడుకు శిరీషే హంతకుడు అని నిర్ధారణగా తెలిపే మరే యితర సాక్ష్యం కానీ లేదు. శిరీష్‌కి యావజ్జీవ శిక్ష విధించారు. నా కొడుకు హంతకుడు కాడు. అపుడు మెడిసిన్ చదువుతున్నాడు. అన్యాయంగా జైలుకి పంపించారు అధికారులు. శిరీష్‌ని జైల్లోంచి విడిపించాలని, రెండేళ్ళుగా ప్రయాసపడుతున్నాను. ఇపుడు వున్న విషయం ప్రజలకి చెప్పడం మంచిదని ఈ ఉత్తరం రాస్తున్నాను.

పోలీసులను భయపెట్టి, ప్రభుత్వాన్ని హడలకొట్టి నా కొడుకుని విడిచిపెట్టేలా చెయ్యాలని యింతవరకు రెండు హత్యలు చేశాను. ఇంకాయెంతమందినో హత్య చెయ్యడానికి పథకాలు తయారుచేశాను. నా కొడుకుని విడిచిపెడితే ఈ హత్యాకాండ మానేస్తానని యుగంధర్ ద్వారా ప్రభుత్వానికి కబురుపంపాను. కాని ప్రయోజనం లేకపోయింది. కనుక ఇప్పుడు ప్రజలే పూనుకుని ప్రభుత్వాన్ని ఒత్తిడిచేసి నా కొడుకుని విడిచిపెట్టేలా చెయ్యాలి. లేకపోతే ఈ హత్యాకాండ ఆగదు. అమాయకులను కూడా వరసగా హత్య చెయ్యవలసి వస్తుంది. వీళ్ళను హత్య చెయ్యవచ్చు, వీళ్ళని చెయ్యకూడదు అనే విచక్షణ లేదు నాకు. నా చేతికి చిక్కిన ఏ వ్యక్తినైనా హత్య చేస్తాను. నా కొడుకుని విడుదల చేసేవరకూ దారుణమైన యీ ఘోర హత్యాకాండ సాగుతూనే వుంటుంది.

ఎర్రని గుర్తు."

యుగంధర్ పత్రిక మడిచి కమిషనర్‌కిచ్చి "జనం ఏమంటున్నారు?" అడిగాడు.

"చాలా భయపడుతున్నారు. ఎవరి కెప్పుడు మూడుతుందోనని హడలి పోతున్నారు."

"ఎవరూ పిల్లల్ని స్కూళ్ళకి పంపడంలేదు. చిన్నపిల్లల స్కూళ్ళు, ఆడపిల్లల కాలేజీలు మూసేశారు. సినిమాలకి కూడా ఆడవాళ్లు, పిల్లలు వెళ్లడంలేదు. ఇళ్ళల్లోంచి బయటికి రాకుండా తలుపులు గడియపెట్టుకుని కూర్చుంటున్నారు" చెప్పాడు ఏ.సి.

యుగంధర్ తలవూపి "అవును. పోలీసులను భయపెట్టడం కోసం ఏ పాపమూ ఎరుగని అమాయకులను కూడా చంపుతాననే మనిషి వుంటే భయపడరూ! అధికారులు ఏమంటున్నారు?" అడిగాడు.

"నిన్న మళ్ళీ మంత్రులు సమావేశమయ్యారు. ముందు ఆ శిరీష్‌ని వదిలిపెట్టి ఆ హత్యాకాండ ఆపితే తరవాత హంతకుణ్ని పట్టుకోవడం గురించి ఆలోచించుకోవచ్చు అంటున్నారు. మీరు వచ్చేవరకూ ఏ నిర్ణయమూ చెయ్యదలచుకోలేదు."

"పత్రికలో ఈ ఉత్తరం చదివాక పెద్ద పెద్ద వాళ్ళంతా గవర్నర్‌మీదా, ప్రభుత్వంమీదా ఒత్తిడి తీసుకువచ్చి వుంటారు."

"ఎవరో ఎందుకు! రిటైర్డ్ జడ్జి భుజంగరావే గవర్నర్ని కలుసుకుని శిరీష్‌ని వదిలిపెట్టమని ప్రాధేయపడ్డాడు."

"ఆ విషయం నాకూ తెలుసు. ఇంతకీ రాజు ఏడీ? అతని దర్యాప్తు ఎంతవరకు వచ్చింది?" అడిగాడు యుగంధర్.

రాజు విషయం అడగ్గానే కమిషనర్ మొహం వాడిపోయింది. రెండు నిమిషాలు మౌనంగా వుండి "ఏమైందీ మాకు తెలియలేదు" అన్నాడు.

"అంటే? రాజు మీ డిపార్ట్‌మెంట్ సహాయంతోనేగా దర్యాప్తు చేస్తున్నాడు!"

"అవును. రాజు, సార్జంట్ శివం ఒక జట్టుగా బయలుదేరి దర్యాప్తు ప్రారంభించారు. నిన్నటినించీ వాళ్ళిద్దరూ కనిపించడంలేదు."

యుగంధర్ కనుబొమలు ముడిచి "ఏ పేటలో, ఏ ప్రాంతాల్లో దర్యాప్తు చేయదలచినదీ యెవరికీ చెప్పలేదా?" అడిగాడు.

"అడయార్, శాంథోమ్, మైలాపూర్‌లలో దర్యాప్తు చేస్తామన్నారు."

"ఎవరి ఎవరి యిళ్ళకి వెళ్లిందీ, యే ప్రాంతాలు దర్యాప్తు చేసినదీ తెలియలేదా?"

"ఆ విషయం స్వరాజ్యరావు దర్యాప్తు చేస్తున్నాడు" అని "మీరు వెళ్ళినపని ఏమైంది?" అడిగాడు కమిషనర్.

యుగంధర్ ఓ ఫోటో జేబులోంచి తీసి చూపించి "ఇది వీరభద్రరావు ఫోటో అనుకుంటున్నాను" అన్నాడు.

కమిషనర్ ఫోటో పరీక్షగా చూశాడు. "లాయర్ వీరభద్రరావుకి, యీ ఫోటోలో మనిషికీ యెక్కడా పోలిక లేదే!" అన్నాడు.

"అవును. ప్లాస్టిక్ సర్జరీ చేయించుకున్నాడు. ఒడ్డు, పొడుగు, బరువు మొదలైనవి సరిగా సరిపోతున్నాయి."

"అయితే యీ ఫోటోకి కాపీలు తీయించి అన్ని పోలీస్ స్టేషన్లలో, బస్సులలో, రైలు స్టేషన్లలో అంటించి పట్టుకున్నవాళ్ళకి బహుమతి ప్రకటిద్దాం."

"ఒద్దు. అనుమానం కలిగితే పారిపోతాడు."

"అయితే ఏం చేద్దాం?"

"ముందు రాజు విషయం కనుక్కోవాలి. నాకు చాలా ఆదుర్దాగా వుంది. ఖర్మం చాలక వీరభద్రరావు ఇంటికే వెళ్ళారేమో!"

"సార్జంట్ శివం కూడా వున్నాడుగా!"

"ఇద్దర్నీ బందీలు చేశాడేమో! లేక..." అని చెప్పలేక వూరుకున్నాడు యుగంధర్.

ఏమనడానికీ కమిషనర్‌కి నోరాడలేదు.

అంతలో వ్యాన్ యుగంధర్ యింటిముందు ఆగింది. యుగంధర్‌తోబాటు కమిషనరూ వ్యాన్ దిగి లోపలకు వెళ్లాడు. నౌఖరు హడావిడిగా వచ్చి "చిన్నయ్యగారు అంతులేరండీ" అన్నాడు.

యుగంధర్ బల్లదగ్గిరికి వెళ్ళాడు. బల్లమీద వుత్తరాలున్నాయి. దబదబ కవర్లమీద దస్తూరి చూశాడు. ఒకదానిమీద రాజు దస్తూరి కనిపించింది. ఆత్రంగా కవరు చింపాడు.

"నేను క్షేమంగా వున్నాను యిప్పటివరకూ. సార్జంట్ శివమూ నాతో వున్నాడు. వీరభద్రరావు షరతులకి ఒప్పుకోండి. లేకపోతే మా ఇద్దరి ప్రాణాలకు ప్రమాదం.

రాజూ."

అది రాజు దస్తూరే! సందేహంలేదు. కాని రాజు తనకై తను ఆ ఉత్తరం రాసివుండడు. అలా ఎన్నటికీ రాయడు. ఒక హంతకుడికి లొంగిపోయి తన ప్రాణాలు కాపాడమని అడగడు. ఆ వీరభద్రరావు రాయించి వుండాలి. అందుకే రాజు అని రాయడానికి బదులు రాజూ అని రాశాడు. ఉత్తరం కమిషనర్‌కి యిచ్చి యుగంధర్ కవరు పరీక్ష చేశాడు. మౌంట్‌రోడ్ పోస్టాఫీస్ ముద్రవుంది. వీరభద్రరావు యిల్లు మౌంట్‌రోడ్డుకి దరిదాపుల వుండదనుకున్నాడు.

"చాలా చిక్కులో పడ్డాం" అన్నాడు కమిషనర్.

యుగంధర్ మొహం బిగుసుకుపోయింది. పళ్ళు కొరుకుతున్నాడు. 'పదండి! స్వరాజ్యరావుని కలుసుకుని రాజు విషయం ఏమైనా తెలిసిందేమో కనుక్కుందాం" అన్నాడు.

27

రాజు నవ్వి "అమాయకులమల్లే యిలా బుట్టలో ఎలా పడ్డాం?" అన్నాడు సార్జంట్ శివంతో.

శివం మొహం ముడుచుకుని "మీకు అనుమానం కలిగినపుడు మనం వెళ్ళిపోయి సెర్చివారంటు తీసుకుని రావలసింది" అన్నాడు మందలింపుగా.

"మనం యిక్కడికి రాగానే నాకు అనుమానం కలిగిందని అతను తెలుసుకునుంటాడు. మనని వెళ్ళనిచ్చేవాడు కాడు. అవసరమైతే షూట్ చేసేవాడు" అని రాజు తలుపూ, కిటికీలూ పరీక్షగా చూశాడు. అది సౌండ్‌ప్రూఫ్ గది. ఒకే తలుపు వున్నది. కిటికీలు చాలా ఎత్తుగా వున్నాయి. "మనకి భోజనం పంపుతాడో పంపడో?" అన్నాడు.

"ఇప్పుడు మీకు అదా బెంగ?" అడిగాడు శివం.

రాజు నవ్వి నోటిమీద వేలుపెట్టి చూపిస్తూ శివం దగ్గిరికి వెళ్ళి చెవిలో "యీ గదిలో మైక్రోఫోన్‌పెట్టి వుంటాడు" అని చెప్పి "చాలా ఆకలిగా వుంది" అన్నాడు పెద్దగా.

"అవును. నాకూ ఆకలేస్తోంది" అన్నాడు శివం.

అయిదు నిముషాల తర్వాత చప్పుడు చెయ్యకుండా తలుపు తెరుచుకుంది. అవతల చీకటి. రాజు ముందుకి అడుగు వేసేలోగా గదిలోకి రెండుట్రేలు వచ్చాయి. వెంటనే తలుపు మూసుకుంది. ట్రేల్లో భోజనం వుంది.

రాజు నవ్వి మైక్రోఫోన్ వున్నదన్న నా అనుమానం దృఢపడ్డది అని తెలుపుతూ తలవూపాడు. శివం చేతిని పట్టుకుని "ఇక్కణ్నించి బయటపడే విధం ఆలోచించాలి' అని శివం అరిచేతిలో రాశాడు.

శివం తలవూపాడు.

✤ ✤ ✤

బీచ్‌రోడ్‌మీద ఓ కారు ఆగివుంది. ఇద్దరు యువకులు ఆ కారు దగ్గిర నిలబడ్డారు.

ఎక్కమని డ్రైవింగ్‌సీటులో కూర్చున్న స్వరాజ్యరావు చెప్పగానే వాళ్ళిద్దరూ కారు ఎక్కి కూర్చున్నారు.

"నే చెప్పినట్లు చేశారా?" అడిగాడు అతను.

"ఆ! అడయార్లో టెలిఫోన్‌లు వున్న యిళ్ళన్నిటికీ వెళ్ళి అడిగాము, వాళ్ళ సంజాయిషీలు రాశాము. ఇవిగో ఆ కాయితాలు" అన్నారు వాళ్ళిద్దరూ.

అతను ఆ కాయితాలు తీసుకుని పరీక్షగా చూసి "గుడ్! ఇదుగో మీకిస్తానన్నది" అని రెండువందల రూపాయలనోట్లు యిచ్చాడు.

"థాంక్స్. వస్తాము. మళ్ళీ ఏదయినా..." అన్నారు వాళ్ళు.

"అవసరముంటే పిలుస్తాను" అని స్వరాజ్యరావు చెప్పగానే ఆ యువకులిద్దరూ తలుపు తెరిచి దిగి వెళ్ళిపోయారు.

అతను కారు స్టార్ట్ చేశాడు.

✤ ✤ ✤

"అడయార్లో టెలిఫోనులు వున్న యిళ్ళన్నిటికీ వెళ్ళారు వాళ్ళిద్దరూ" అన్నాడు ఇన్‌స్పెక్టర్ స్వరాజ్యరావు.

"మీరు టెలిఫోన్ చేసి ఆ యిళ్ళవాళ్ళని అడిగారా"

"అవును."

"వాళ్ళు వెళ్ళిన ఆఖరి యిల్లు ఎవరిది?"

"అడయార్ గాంధీనగర్‌లో ఓ యింటికి వెళ్ళారు. ఆ యింటి యజమాని జనరల్ ఆస్పత్రిలో సర్జన్. పదేళ్ళ క్రితం ఆ యిల్లు కట్టించాడు. ఆయన్ని అనుమానించడానికి ఆస్కారం లేదు."

"అక్కణ్ణించి ఎక్కడికి వెళ్ళారు?"

"అడయార్‌లో వాళ్ళు వెళ్ళిన ఆఖరి యిల్లు అదే. అక్కణ్ణించి శాంథోమ్‌కి వెళ్ళారేమో!"

"శాంథోమ్‌లో అడిగారా?"

"శాంథోమ్‌లో ఎటునించి మొదలుపెట్టినదీ తెలియదు. అడయార్ వేపు వున్న కొన్ని యిళ్ళకీ, మైలాపూర్‌వేపు వున్న కొన్ని యిళ్ళకీ ఫోన్‌చేసి అడిగాము. ఆ ప్రాంతాలకి వాళ్ళు రాలేదుట."

యుగంధర్ సిగిరెట్ వెలిగించాడు. "అయితే వీరభద్రరావు యిల్లు అడయార్‌లోనే వుండి వుంటుంది" అన్నాడు.

"అలా ఎందుకనుకుంటున్నారు?" అడిగాడు స్వరాజ్యరావు.

"ఊహించాను. రాజుకీ, సార్జంట్‌కీ అడయార్‌లో ఓ యింటిమీద అనుమానం కలిగివుంటుంది. ఆ యింటికి మళ్ళీ వెళ్లివుంటారు. ఆ యింట్లో వీరభద్రరావు వుండివుంటే వాళ్ళిద్దర్నీ బంధించి వుంటాడు."

"అది ఏ యిల్లో ఎట్లా తెలుస్తుంది?" అడిగాడు ఇన్‌స్పెక్టర్.

యుగంధర్ నవ్వి "రాజు ప్రారంభించిన దర్యాప్తు వృధాపోలేదు. అంతవరకూ తెలుస్తోనే వుంది. కనుక రాజు దర్యాప్తు చేసిన పద్ధతిలోనే మనమూ దర్యాప్తు చెయ్యాలి" అన్నాడు.

"సరే, యేర్పాటు చేస్తాను" అని స్వరాజ్యరావు లేచి నిలబడ్డాడు.

"ఏ ఏర్పాటూ వద్దు. మనమిద్దరం వెళదాము"

"రెండు మూడు జట్లు బయలుదేరితే త్వరగా పని అయిపోతుంది."

"పిట్ట భయపడి పారిపోవచ్చు. రండి, వెళదాం" అన్నాడు యుగంధర్.

28

"రా! అయ్యగారు పిలుస్తున్నారు" అన్నది పనిమనిషి.

మీనాక్షి బెదురుతూ పద్మప్రియ దగ్గిరికి జరిగింది.

ఆ ముసిలిది నవ్వి "నువ్వు యేమూల నక్కి దాక్కున్నా ప్రయోజనం లేదు. రా!" అని ఒక అడుగు ముందుకు వేసింది.

మీనాక్షి ఏడుస్తోంది.

"ఎక్కడికి తీసుకువెళతావు?" అడిగింది పద్మప్రియ.

"అవతల గదిలోకి. అయ్యగారక్కడ వున్నారు."

"దేనికి?"

"ఈ అమ్మాయితో మాట్లాడాలిట. త్వరగా రా" అని మీనాక్షి చెయ్యిపట్టుకొని చరచర లాక్కెళ్ళింది ఆమె. పక్క గది తలుపు తెరిచి మీనాక్షిని లోపలికి తోసి తలుపు మూసేసింది.

"రా! ఇట్లారా!" అన్నాడతను.

మీనాక్షి గజగజ వణుకుతోంది.

"రా! అలా భయపడుతూ నిలుచుని ప్రయోజనం లేదు" అని మీనాక్షి

చెయ్యిపట్టుకుని అవతల వున్న గదిలోకి లాక్కెళ్ళాడు. కుర్చీ చూపించి కూర్చోమన్నాడు. బల్లమీద వున్న టేప్ రికార్డర్ స్విచ్ ఆన్ చేసి, రికార్డింగ్ మీట నొక్కి మీనాక్షి ముందు కూర్చున్నాడు.

"మీనాక్షీ! ఇప్పుడైనా నిజం చెప్పు" అన్నాడు. మీనాక్షి ఏడుస్తోంది.

"నిన్న నిన్ను పెట్టిన హింసకన్నా ఎక్కువ హింస పెడతాను యివాళ. వుల్లిపాయ పొర వొలిచినట్లు నీ చర్మం వొలుస్తాను. సూదులతో కళ్ళు పొడుస్తాను. నాలో జాలి అనేది ఏ కోశానా లేదు. జాగ్రత్త."

"నాకేం తెలియదు. నన్నెందుకు బాధిస్తారు?" అన్నది వెక్కి వెక్కి ఏడుస్తూ.

"నీ కళ్ళ నీళ్ళకు కరిగే హృదయం కాదు యిది. శేషాద్రి హత్య చెయ్యబడ్డ రాత్రి నువ్వు యింటికి ఎన్నిగంటలకి వెళ్ళావు? నిజం చెప్పు."

"తొమ్మిది గంటలకి."

"అబద్ధం. నిజం చెప్పు" అని దబ్బనంతో ఆమె చెంపమీద పొడిచాడు.

మీనాక్షి కెవ్వుమని కేకపెట్టింది.

"శేషాద్రిని ఎవరు హత్య చేశారు? చెప్పు" అంటూ అగ్గిపుల్ల గీసి మీనాక్షి గెడ్డందగ్గిర పెట్టాడు.

మీనాక్షి కేకపెట్టింది.

"నువ్వు ఎంత అరిచినా లాభంలేదు, చెప్పు."

"నాకేం తెలియదు. మీరు నన్ను ఎంత బాధపెట్టినా, ఎంత హింసించినా ప్రయోజనం లేదు."

అతను విరగబడి నవ్వి "మీనాక్షీ! నిన్ను ఎత్తుకు వచ్చేటప్పుడు శేషాద్రి హత్యగురించి నీకు తెలుసుననీ, దాస్తున్నావనీ నేను అనుకోలేదు. నిన్ను చంపడానికి ఎత్తుకువచ్చాను. నీకు క్లోరోఫాం యిచ్చినపుడు స్పృహ వచ్చేముందు చాలాసేపు యేదో గొణిగావు. అప్పుడు తెలిసింది" అన్నాడు.

"ఏం గొణిగాను?"

"ముందు నువ్వు నిజం చెప్పు."

మీనాక్షి గుటకలు మింగుతూ ఆలోచిస్తోంది.

అంతలో పనిమనిషి వచ్చి ఎవరో వచ్చారని చెప్పింది.

"ఎవరు?"

"గవర్నమెంట్ వుద్యోగులు."

"దేనికి?"

"చెప్పలేదు. మీతో మాట్లాడాలిట."

అతను లేచి "బాగా ఆలోచించు. ఇప్పుడే వస్తాను. నిజం చెప్పాలి" అని బల్లసొరుగు లాగి పిస్తోలు తీసుకుని తూటాలు సరిగా వున్నాయే లేదో చూసుకుని బయటికి వెళ్ళాడు.

✤ ✤ ✤

ఇన్‌స్పెక్టర్ స్వరాజ్యరావు, డిటెక్టివ్ యుగంధరూ కారెక్కారు. అది పోలీస్ కారని రాసిలేదు దానిమీద. టూవే రేడియో వుంది దాంట్లో. అప్పటికి దాదాపు యిరవై యిళ్ళకి వెళ్ళి యింట్లోవాళ్ళనీ, పక్క ఇళ్ళల్లో వాళ్ళని ప్రశ్నించారు.

"ఇంకా జాబితాలో ఎన్ని ఇళ్ళున్నాయి?" అడిగాడు యుగంధర్.

"అరవై రెండు."

"అంతేగా! సాయంకాలం అయేలోగా పూర్తిచెయ్యవచ్చు"

స్వరాజ్యరావు తలవూపి కారు స్టార్ట్ చేశాడు. అంతలో రేడియోలో 'అటెన్షన్ ప్లీజ్' అన్న మాటలు వినిపించాయి. యుగంధరూ, స్వరాజ్యరావూ చెవులు రిక్కించుకుని వింటున్నారు.

"కోయంబత్తూరు జైలునించి తప్పించుకు పారిపోయిన శివరాం అనే ఖైదీని యివాళ పొద్దున్న పదిగంటలప్పుడు తిండివనం రైలుస్టేషన్‌లో రైల్వే పోలీసులు పట్టుకున్నారు."

"హెడ్‌క్వార్టర్స్‌ని కాంటాక్ట్ చెయ్యండి ఇన్‌స్పెక్టర్" చెప్పాడు యుగంధర్.

"ఇన్‌స్పెక్టర్ స్వరాజ్యరావు స్పీకింగ్" అన్నాడు మైక్‌లో.

"పోలీస్ హెడ్‌క్వార్టర్స్" అన్నమాట వినిపించగానే 'ఎఱ్ఱగుర్తు కేసుకీ, శివరాంకీ సంబంధమేమైనా వున్నట్లు తెలిసిందేమో అడగండి" అన్నాడు యుగంధర్.

ఇన్‌స్పెక్టర్ అడిగాడు. ఆ కేసుకీ, శివరాంకీ సంబంధం యేం లేదని చెప్పారు రేడియోలో.

యుగంధర్ తలవూపి 'కేవలం కాకతాళీయం అన్నమాట. హత్యకేసుల్లో మనల్ని గందరగోళం పరచడానికి అప్పుడప్పుడు యిటువంటి కాకతాళీయపు సంఘటనలు చిత్రంగా జరుగుతూ వుంటాయి" అని "తరవాత యిల్లు" అడిగాడు.

"ఇంటిపేరు కాంతి. ఇంటి యజమాని పేరు కె.సుందరేశ్వరరావు" చెప్పాడు స్వరాజ్యరావు.

"పదండి."

కారు గేటులోకి తిప్పి కొంతదూరం వెళ్ళి పోర్టికోలో ఆపాడు ఇన్‌స్పెక్టర్.

కాలింగ్‌బెల్ నొక్కగానే పనిమనిషి వచ్చి తలుపు తీసి ఎవరు కావాలని అడిగింది.

"సుందరేశ్వరరావుగారు."

"అయ్యగారు చాలా పనిలో వున్నారు."

"అయినా తప్పదు. పిలు."

"కోప్పడతారు."

"గవర్నమెంట్ ఉద్యోగులం. నువ్వు వెళ్లి చెప్పకపోతే మేమే వెళ్ళి కలుసుకుంటాము."

"ఒద్దు. పిలుస్తానుండండి" అని వెళ్ళిపోయింది ఆ పనిమనిషి.

మెట్లమీద చప్పుడయింది. ఇన్‌స్పెక్టరూ, యుగంధరూ అటు తిరిగి చూశారు. ఎవరూ లేరు. అయిదు నిముషాలు దాటింది. ఇన్‌స్పెక్టర్ అసహనంతో బూటు కాళ్ళు టకటకమనిపించాడు.

అంతలో ఆ ముసలి పనిమనిషి మెట్లు దిగివచ్చి "అయ్యగారు మిమ్మల్ని మేడమీదికి రమ్మంటున్నారు" అన్నది.

ఇద్దరూ ఆ ముసలిదాని వెనకే వెళ్లారు. మెట్లు ఎక్కాక కుడివైపుకి తీసికెళ్ళింది.

యుగంధర్‌కి యేదో అనుమానం కలిగి "మీ అయ్యగారు యేం చేస్తున్నారు?" అడిగాడు.

"రాసుకుంటున్నారు" అని ఓ గది తలుపు తెరిచి "వెళ్లండి" అన్నది.

యుగంధర్‌కి అనుమానం ఎక్కువైంది.

పిస్తోలు తీసి చేతిలో తయారుగా పట్టుకుని గదిలో అడుగుపెట్టాడు. వెనకే ఇన్‌స్పెక్టరూ గదిలోకి వెళ్లాడు. చిన్న చప్పుడు వినిపించి యిద్దరూ వెనక్కి తిరిగారు. తలుపు మూసుకుంది.

29

“మీరు బోనులో పులిలా తిరుగుతూ తీవ్రంగా ఆలోచించి ప్రయోజనం యేమీ లేదు” అన్నాడు రాజు సార్జంట్ శివంతో.

శివం కాలుస్తున్న సిగిరెట్ కిందపారేసి “మనల్ని అతను చంపేవరకూ గోళ్ళు గిల్లుకుంటూ కూర్చుంటామా?” అన్నాడు.

“చంపుతాడనుకోను. తన షరతులు అధికారులు ఒప్పుకునేటంత వరకూ మనల్ని బందీలుగా వుంచుతాడు.”

“నేను వూరికే కూర్చోలేను.”

“ఏం చేద్దాం?”

“తలుపు బద్దలు కొట్టేందుకు ప్రయత్నిద్దాం.”

“ఉక్కు తలుపు. సాధ్యం కాదనుకుంటాను.”

“ప్రయత్నించి చూద్దాం” అని సార్జంట్ తలుపువేపు తిరిగాడు. రాజు, శివం కలిసి తలుపుని భుజాలతో బలంగా తోశారు. కదలలేదు. దూరంగా వెళ్ళి పరుగున వచ్చి కాళ్ళతో గట్టిగా తన్నారు. బ్రహ్మాండమైన చప్పుడైంది కానీ, అంగుళమైనా కదల్లేదు.

“మిస్టర్ రాజూ! చిన్నపిల్లల్లాగా వూరికే గొడవ చెయ్యకండి. మీరు ఎంత తంటాలు పడ్డా తలుపు అర అంగుళమైనా కదలదు. అనవసరంగా గొడవచేస్తే మీకే మంచిది కాదు. ప్రమాదం” అన్న మాటలు వినిపించాయి.

రాజు, సార్జంట్ ఒకళ్ళ మొహం ఒకళ్ళు చూసుకున్నారు.

“మనల్ని ఎక్కణ్నించి చూస్తున్నాడు?” అడిగాడు సార్జంట్.

నవ్వు వినపడింది. “చూడటంలేదు. చాలా సెన్సిటివ్ మైక్ వుంది. మీరు ఎంత నెమ్మదిగా మాట్లాడినా, ఎంత చిన్న చప్పుడు చేసినా నాకు వినపడుతుంది.”

“మాకు దాహం వేస్తోంది” అన్నాడు రాజు.

“గదిలో మంచినీళ్ళు లేవూ?”

“లేవు.”

“పంపిస్తాను. మంచిగా వుండి యేమైనా కావలిస్తే అడగండి.”

✤ ✤ ✤

తలుపు మూసుకోవడం చూసి ఇన్‌స్పెక్టర్ స్వరాజ్యరావు ఒక్క వురుకు వురికి రెండు చేతులతో, రెండుకాళ్ళతో తలుపుని బలంగా తోశాడు. కొంచెమైనా కదలలేదు. "ఇది ఉక్కు తలుపు" అన్నాడు వగరుస్తూ.

యుగంధర్ తలవూపి "మనం హంతకుడి యింటికే వచ్చామన్నమాట" అన్నాడు.

"వచ్చి ఏం ప్రయోజనం! ఈ చెరలోంచి మనం తప్పించుకోవాలిగా!"

"రాజుని, మీ సార్జంట్ శివాన్ని కూడా, ఈ యింట్లోనే శత్రువు బంధించి వుండాలి."

"ఔను. మనలా బందీలుగా వుండివుంటారు. మనకేం సహాయం చేయగలుగుతారు!"

"బహుశా పద్మప్రియ, రాధ, మీనాక్షి కూడా ఇక్కడే వుండి వుంటారు."

"యుగంధర్! మనం ఈ గదిలోంచి బయటపడితేనేగా వాళ్ళని విడిపించడం."

"ఎలాగైనా మనం తప్పించుకోవాలి" అన్నాడు యుగంధర్.

స్వరాజ్యరావు యేదో చెప్పబోతుండగా "నేను వదిలితేగాని మీరిద్దరూ ఆ గదిలోంచి ఒక్క అడుగుకూడా బయటపెట్టలేరు" అన్నమాటలు వినిపించాయి.

యుగంధరూ, ఇన్‌స్పెక్టరూ ఉలిక్కిపడి చూశారు

"ఇంత సులభంగా మీరు నా యిల్లు కనుక్కుంటారనుకోలేదు. విశాలమైన ఆవరణలో చాలా కష్టపడి ఈ యిల్లు కట్టించాను. గదులన్నీ సౌండ్‌ప్రూఫ్ చేయించాను. కిటికీలు ఎత్తుగా పెట్టించాను. యుగంధర్! మీరు బొంబాయి వెళ్ళారని తెలియగానే యిక నేను త్వరపడాలనుకున్నాను."

యుగంధరూ, ఇన్‌స్పెక్టరూ ఒకరినొకరు చూసుకున్నారు.

"ఎవరు మీరు? వీరభద్రరావుగారేనా?" అడిగాడు యుగంధర్.

"అవును. కంఠస్వరం గుర్తుపట్టలేదూ?"

"ఈ లౌడ్‌స్పీకర్లోంచి సరిగా వినిపించడంలేదు. మమ్మల్ని అందర్నీ బంధించి యేం చెయ్యదలుచుకున్నారు?"

"ప్రభుత్వంతో బేరమాడేందుకు యిప్పుడు అవకాశం ఎక్కువగా వుందిగా! పద్మప్రియ, రాధల ప్రాణాలు ప్రఖ్యాత డిటెక్టివ్ యుగంధర్, ఇన్‌స్పెక్టర్ స్వరాజ్యరావు, సార్జంట్ శివం, మీ అసిస్టెంట్ రాజు, యిందరి ప్రాణాలు బలియిస్తారో, శిరీష్‌ని ఒదిలిపెడతారో చూడాలి" అన్నాడు అతను నవ్వుతూ.

"మీరు పొరబడుతున్నారు. మేము యిక్కడికి వస్తున్నట్లు పోలీస్ కమిషనర్‌కి తెలుసు. ఇంకాసేపట్లో మీ ఇల్లు చుట్టుముడతారు."

"మీరు నన్ను బెదిరించడానికి అంటున్నారని నాకు తెలుసు. నిజంగానే పోలీసు సిబ్బంది ఈ యింటిని చుట్టుముట్టినా బేరం వుండనే వుంది. వాళ్ళల్లో ఒకడు కూడా దరిదాపులకు రాలేడు. మేడమెట్లు ఎక్కేలోగా అందరి ప్రాణాలు ఎగిరిపోతాయి."

"పోలీసులు అటువంటి బెదిరింపులకి భయపడరు" అన్నాడు ఇన్‌స్పెక్టర్.

"చూద్దాం."

"వీరభద్రరావుగారూ! మీరు చాలా ఘోరమైన తప్పులు చేశారు. ఇంకా చేస్తున్నారు. మీ అబ్బాయి శిరీష్ నిర్దోషి అయితే అతన్ని విడిపించడానికి యిదికాదు మార్గం" అన్నాడు యుగంధర్.

వీరభద్రరావు జవాబు చెప్పలేదు. అయిదు నిమిషాలు మైక్‌కి దూరంగా వెళ్ళివుంటాడనీ, తను చెప్పినది విని వుండడనీ అనుకున్నాడు.

30

తలుపు కొద్దిగా తెరుచుకుంది. సందులోంచి ఓ కన్ను కనిపించింది. రాజు, శివం అటే చూస్తున్నారు.

"తలుపుకి దూరంగా ఆ గోడ దగ్గిరికి వెళ్లి మొహాలు గోడవేపు పెట్టి నిలుచోండి యిద్దరూ" ముసలిదాని మాటలు వినిపించాయి.

"నిన్నేం చెయ్యములే!" అన్నాడు రాజు.

"ఉహు! చెప్పినట్లు చేస్తేనే మంచినీళ్లు వస్తాయి."

రాజు సార్జంట్‌ని చూసి కన్నుగీటాడు. ఇద్దరూ గోడ దగ్గిరికి వెళ్ళి నిలబడ్డారు. మొహాలు గోడవైపు పెట్టి చెవులు నిక్కపొడుచుకుని వింటున్నారు.

తలుపు తెరుస్తున్న చప్పుడు వినిపించలేదు గాని ఆ ముసలిది గదిలో అడుగుపెట్టడం వినిపించింది. వెంటనే రాజు వెనక్కి వొంగి మొగ్గవేసి ఆ ముసలిదాని రెండుకాళ్ళూ పట్టుకుని లాగాడు. కిందపడేటప్పుడు చప్పుడు కాకుండా రెండుచేతులతో ఆ ముసలిదాన్ని గట్టిగా పట్టుకున్నాడు. ఒక్కగంతు వేసి శివం తలుపు దగ్గరికి వురికాడు. కాని అప్పటికే ఆలస్యం అయింది. తలుపు మూసుకుంది.

"ఎట్లా మూసుకుంది!" అడిగాడు రాజు.

"ఏమో! ఆశ్చర్యంగా వుంది. తలుపువెనక ఇంకెవరో వుండివుండాలి."

ముసలిది నిప్పులు కక్కుతూ యిద్దర్నీ చూసింది.

"అవతల ఎవరున్నారు?" అడిగాడు రాజు.

ఆ మనిషి పళ్ళు కొరుకుతూ "ఎవరూ లేరు. అది స్ప్రింగ్ తలుపు. తాళంచెవి బయట వుంది" అన్నది.

రాజు ఒక్క గంతులో తలుపు దగ్గరికి వెళ్ళి లాగబోయాడు. అంతలో క్లిక్‌మన్నది. బయట ఎవరో తాళం తిప్పి చెవి తీసేశారు. రెండు నిముషాల తర్వాత "రాజూ! ఏమిటీ గొడవ? గొడవ చెయ్యవద్దని చెప్పలేదూ?" అన్న మాటలు వినిపించాయి.

"వెంటనే తలుపు తియ్యి. లేకపోతే ఈ ముసలిదాని ఎముకలు విరిచేస్తాను" అన్నాడు రాజు.

"సారీ బ్రదర్! ఆ ముసలిది నా బంధువురాలు కాదు. దాన్ని యెంత హింసించినా ప్రయోజనం వుండదు."

అతన్ని లొంగదీసే మార్గం వేరే ఏదీ తోచక రాజు మౌనంగా వుండిపోయాడు.

చిన్న నవ్వు వినిపించింది. "రాజూ! యుగంధర్, యిన్‌స్పెక్టర్ స్వరాజ్యరావు కూడా ఇక్కడే నా బందీలుగా వున్నారు. మీకు సహాయం చేసే స్థితిలో లేరు. ఆయన వచ్చి నిన్ను విడిపిస్తారని ఆశించక."

"అబద్ధం. నేను నమ్మను."

"అలాగా! అయితే విను."

యుగంధర్, స్వరాజ్యరావుల సంభాషణ రాజుకి వినిపించింది. "ఈ చెరలోంచి మనం తప్పించుకునే అవకాశం లేదంటావా' స్వరాజ్యరావు ప్రశ్న. 'అసాధ్యం అని నేను అనుకోను. చాలా కష్టం' యుగంధర్ జవాబు.

"విన్నావా? ఇప్పుడయినా నమ్ముతావా?" వీరభద్రరావు అడిగాడు.

రాజు జవాబు చెప్పలేదు.

"గొడవ చెయ్యకుండా బుద్ధిగా వుండండి" అన్నాడు వీరభద్రరావు.

31

"యుగంధర్‌గారూ!" లౌడ్‌స్పీకర్లోంచి పిలుపు వినిపించింది.

"ఆc!"

"ఆ మూల వున్న నల్లసొరుగులో తెల్లకాగితాలు, కలం వున్నాయి."

"అలాగా."

"దయచేసి గవర్నర్‌కి ఓ ఉత్తరం రాయండి. మీరూ, ఇన్‌స్పెక్టరూ సంతకాలు పెట్టండి."

"ఏమని?"

"నా షరతులు ఒప్పుకుని శిరీష్‌ని వొదిలిపెట్టమని."

"రాస్తానని ఎందుకనుకుంటున్నారు మీరు?"

"మీ మంచికోసమే! మీ అందరి ప్రాణాలు నా చేతుల్లో వున్నాయి."

"నాకు ప్రాణాపాయం కలిగినపుడల్లా హంతకులు చెప్పినట్లు చేసే మనిషినని మీకు యెవరు చెప్పారు?"

"ఎవరూ చెప్పలేదు. ఆ మాత్రం వివేకం వుంటుందనుకున్నాను. నిష్కారణంగా మీ అందరి ప్రాణాలూ బలి యిస్తారనుకోలేదు."

"మేము ప్రాణాలు బలి యిస్తామో లేదో తర్వాత కాని తేలదు."

"మీరు చాలా మొండిగా ప్రవర్తిస్తున్నారు. మీ ఒక్క ప్రాణమే కాదు. రాజు, సార్జంటు శివం, యిన్‌స్పెక్టర్ స్వరాజ్యరావు, రాధ, పద్మప్రియ యిందరి ప్రాణాలు వుండేదీ పోయేదీ మీమీద ఆధారపడి వుంది. ప్రాణాలు తియ్యడానికి నేను వెనకాడే మనిషిని కానని మీకు తెలుసు."

"నేను గవర్నర్‌కి ఉత్తరం రాస్తే మీ అబ్బాయిని వదిలిపెడ్తారని మీకు నమ్మకమేమిటి?"

"మీ సలహాకి అంత విలువ వుందని నాకు తెలుసు."

"ఆ విలువ మీరు చెప్పినట్లు చేస్తే పోదూ!"

"నిజమే! కాని ప్రాణం విలువకన్నా మాట విలువ ఎక్కువా?"

"మనిషిని బట్టి విలువలుంటాయి. ఆ విషయం చర్చించి ప్రయోజనం లేదు."

అయిదు నిముషాలు నిశ్శబ్దంగా వుంది. తరవాత పెద్ద ఏడుపు, 'అబ్బా! నెప్పి' అన్న అరుపులు వినిపించాయి. అది రాధ అయివుంటుందనుకున్నాడు యుగంధర్.

"నువ్వు మనిషివా, రాక్షసుడివా! పసిపిల్లని అలా హింసిస్తావేమిటి?" పద్మప్రియ అరిచింది.

యుగంధర్‌కి చెవులు తూట్లు పడుతున్నట్లయింది. రాధని హింసిస్తున్న దృశ్యం కళ్ళకు కట్టినట్లు కనపడుతోంది.

"ప్రతిగదిలోనూ లౌడ్‌స్పీకర్, మైక్రోఫోన్ ఏర్పాటు చేశాడు. ఒక దానికొకటి కనెక్ట్ చేస్తున్నాడు" అన్నాడు ఇన్‌స్పెక్టర్, యుగంధర్ మనస్సు ఆ కేకలనించి మళ్ళించడానికి. రాధ కెవ్వుమని కేకలుపెడుతూ ఏడుస్తోంది.

"ఆగు! ఆగు! ఆ పసిదాన్ని ఏంచెయ్యక. నీకు హింసించాలని వుంటే నన్ను హింసించు" అరుస్తోంది పద్మప్రియ

"నిన్ను తర్వాత. ముందు ఈ పిల్లని."

యుగంధర్ గిలగిలకొట్టుకుపోతున్నాడు. రాధని అతను హింసించడం భరించలేకపోతున్నాడు. "ఆపు ఆ హింస. ఉత్తరం రాస్తాను" అని అరిచాడు.

"యుగంధర్‌గారా!" పద్మప్రియ అరిచింది. లౌడ్‌స్పీకరు నిశ్శబ్దం అయిపోయింది.

32

"ఇది డిటెక్టివ్ యుగంధర్ దస్తూరేనా?" అడిగాడు గవర్నర్.

ఐ.జి. ఉత్తరం తీసుకుని చూసి పోలీసు కమిషనర్‌కి ఇచ్చాడు. ఆయన పరీక్షగా చూసి "అవును. యుగంధర్ దస్తూరే. స్వరాజ్యరావు సంతకం కూడా వుంది" అన్నాడు.

"ఏం చేద్దాం?" అడిగాడు గవర్నర్ ముఖ్యమంత్రిని.

"ఏంచేస్తే మంచిదో ఇన్‌స్పెక్టర్ జనరల్ సలహా యివ్వాలి" అన్నాడు ముఖ్యమంత్రి.

"నిజంగా ఏదో ఘోరమైన ఆపదలో వుంటేగాని యుగంధర్ అట్లా వ్రాయరు" అన్నాడు కమిషనర్.

"ఈ పరిస్థితుల్లో శిరీష్‌ని వొదిలి పెట్టడమే మంచిదనుకుంటాను" చెప్పాడు ఐ.జి.

"వదిలిపెట్టి మన డిటెక్టివ్‌లని అతన్ని వెంబడించమందాం" సలహా ఇచ్చాడు ముఖ్యమంత్రి.

"వీరభద్రరావు చాలా జాగ్రత్తపడతాడు. అతను కాని, శిరీష్‌కాని దొరకరు. వాళ్లిద్దరూ ఇంకో దేశం క్షేమంగా చేరుకునే వరకూ యుగంధరూ, మిగతావాళ్ళూ బందీలుగా వుండే ఏర్పాటు చేస్తాడు" అన్నాడు కమిషనర్.

"ఆ సంగతి తరవాత చూడవచ్చు. ఇప్పుడు శిరీష్‌ని వదిలిపెడతామని వీరభద్రరావుకి తెలియజెయ్యాలా?" అడిగాడు గవర్నర్.

"ఏం చెయ్యవలసిందీ యుగంధర్ రాసిన ఉత్తరంలోనే వుందిగా! ఉత్తరం అందిందనీ, అంగీకరిస్తున్నామనీ సాయంకాలం వచ్చే డైలీ న్యూస్ పత్రికలో ప్రకటించండి. మర్నాడు శిరీష్‌ని వదిలిపెట్టమని రాశాడు" చెప్పాడు కమిషనర్.

"అయితే ఆ ఏర్పాటు చేయించండి" అన్నాడు గవర్నర్.

✤ ✤ ✤

యుగంధర్! యుగంధర్!" పిలిచాడు వీరభద్రరావు లౌడ్‌స్పీకర్లోంచి.

"ఆఁ"

"థాంక్స్. మెనీ థాంక్స్. ప్రభుత్వం అంగీకరించింది. మీరు చెపితే ఒప్పుకుంటారని నాకు తెలుసు. మిమ్మల్నందరినీ రేపే వొదిలిపెట్టే ఏర్పాటు చేస్తాను."

"పత్రికలో ప్రకటించారా?"

"అవును. మీకు చూపిస్తాను" ఉత్సాహంగా చెప్పాడు వీరభద్రరావు.

యుగంధరూ, ఇన్‌స్పెక్టరూ ఒకరి మొహం ఒకరు చూసుకున్నారు.

ఓడిపోయామన్న దిగులు ఇన్‌స్పెక్టర్ మొహంలో స్పష్టంగా కనిపిస్తోంది.

పత్రిక ఇవ్వడానికి తలుపు తెరుస్తాడు. ఆ అవకాశం ఉపయోగించుకోవాలని అనుకుని యుగంధర్ తలుపు దగ్గరికి జరిగాడు. నెమ్మదిగా తలుపు కొద్దిగా తెరుచుకుంది. వేలుకూడా సరిగ్గా పట్టనంత సందు ఏర్పడింది. ఆ సందులోంచి పత్రిక లోపలికి తోస్తున్నారెవరో.

తను తలుపు తోసి ప్రయోజనం లేదని యుగంధర్‌కి తెలుసు. అవతల వున్న మనిషి వెంటనే మూసేస్తాడు. బయటికి తెరుచుకునే తలుపు అది. బయటనించి నొక్కి పడితే తను ఎంత తోసినా లాభం వుండదు.

పత్రిక లోపలికి వచ్చేస్తోంది.

చటుక్కున యుగంధర్ జేబులోంచి తాళం చెవుల గుత్తి తీశాడు. అందులో చిన్న స్క్రూ డ్రైవర్ వుంది. దాన్ని తలుపు కింద రెండు రెక్కలకీ మధ్య వున్న సందులో దూర్చి కాలితో నొక్కి పెట్టాడు.

పత్రిక లోపల పడ్డది. ఇన్‌స్పెక్టర్ తీసుకున్నాడు. తలుపు మూయబోతే పూర్తిగా మూసుకోకపోయేటప్పటికి "యుగంధర్! తలుపు సందులో ఏం పెట్టారు?" అడిగాడు వీరభద్రరావు తలుపు అవతలనించి.

"పత్రిక తీసుకున్నాను" అన్నాడు యుగంధర్.

"తలుపు సరిగా మూసుకోకుండా ఏదో దూర్చారు. తీసెయ్యండి" విసుగ్గా అన్నాడు వీరభద్రరావు.

యుగంధర్ మాట్లాడలేదు.

"ఆ మాత్రం సందు వుంటే యేం చెయ్యగలరు? తలుపుకి అడ్డంగా గొలుసు వుంది."

యుగంధర్ జవాబు చెప్పలేదు.

"ఆల్‌రైట్! గుడ్‌బై యుగంధర్!"

గొలుసు చప్పుడయింది. యుగంధర్ తలుపు సందులో చెవిపెట్టి వింటున్నాడు. అడుగుల చప్పుడు దూరం అయింది. తర్వాత నిశ్శబ్దం. జేబులోంచి రెండు వస్తువులు తీశాడు. ఒకటి చాకు. ఇంకొకటి గోళ్ళు అరగతీసే చిన్న ఫైల్. మాట్లాడవద్దని ఇన్‌స్పెక్టర్‌కి సౌంజ్ఞ చేసి, తలుపుకి అడ్డంగా గొలుసు వున్నచోట చాకు దూర్చి, సందులో ఆ చిన్న ఫైలు పెట్టి గొలుసుని అరగతియ్యడం ప్రారంభించాడు.

33

"రేపు మీరందరూ మీ యిళ్ళకి వెళ్ళిపోవచ్చు" అన్నాడు వీరభద్రరావు.

పద్మప్రియ రాధని గట్టిగా పట్టుకుని గదిలో ఓ మూల నిలుచున్నది. మీనాక్షి భయంతో గజగజ వణుకుతోంది.

"నా పని పూర్తి అయింది. శిరీష్‌ని వొదిలిపెడ్తామని ప్రభుత్వం తెలియజేసింది. మీనాక్షీ!"

"ఆఁ!"

"నువ్వు నాతో రావాలి."

"ఎక్కడికి?"

"అవతల గదిలోకి."

"ఎందుకు?" అడిగింది మీనాక్షి భయంతో.

"ప్రశ్నలు అడిగే తాహతు లేదు నీకు. రా" అని చెయ్యిపట్టి లాగాడు అతను.

"దేనికి? మీనాక్షిని ఏం చేస్తారు?" అడిగింది పద్మప్రియ.

"నిజం చెప్పించడానికి ప్రయత్నిస్తాను."

"ఇంకెందుకు? మీ అబ్బాయిని వొదిలిపెడతున్నారుగా."

"నిజంగా నా కొడుకు నిర్దోషి అనీ, నేను వృధాగా శ్రమపడలేదనీ తృప్తికోసం" అని మీనాక్షి చెయ్యి పట్టుకుని చరచరా లాక్కెళ్ళాడు వీరభద్రరావు.

✤ ✤ ✤

యుగంధర్ ఆ చిన్న ఫైలుతో గొలుసుని అరగంట అరగతీశాడు. గొలుసు కనిపించడం లేనందువల్ల ఎంత అరిగిందో ఇంకా ఎంతసేపు అలా అరగతియ్యాలో తెలియలేదు.

"కాసేపు నాకివ్వండి" అన్నాడు యిన్‌స్పెక్టర్ యుగంధర్ చెవిలో.

యుగంధర్ తలవిదిలించి "చెయ్యి తియ్యడానికి వీలులేదు. తీస్తే అరిగిన చోటగాక యింకోచోట అరగతియ్యవలసి రావచ్చు" అని తన పనిలో నిమగ్నుడైనాడు. అట్టే చప్పుడు కావడంలేదు. కొద్దిగా గరగరమంటోంది. అయినా ఆ చిన్న చప్పుడే వీరభద్రరావుకి వినిపిస్తుందేమో, వచ్చి గొలుసు పక్కకి లాగేస్తాడేమోనన్న భయం ఒక పక్కా గొలుసు ఎంత లావుందో ఇంకా ఎంతసేపు అరగతియ్యాలో అన్న విసుగు ఒక పక్కా బాధిస్తున్నాయి. నుదురు మీద చెమట చుక్కలు మెరుస్తున్నాయి. చేతివేళ్ళు వొంకరవుతున్నాయి. మెడ నెప్పి పెడుతోంది. అయినా యుగంధర్ తనపని ఆపలేదు. గరగరమని అరగతీస్తూనే వున్నాడు.

34

గదిలో ఒక బల్లమీద టేప్‌రికార్డర్, ఇంకో బల్లమీద స్పిరిట్ లాంప్, రెండు కత్తెరలు, రెండు సూదులు, ఒక చాకు వున్నాయి.

మీనాక్షి కుర్చీలో టేప్‌రికార్డర్ ముందు కూర్చున్నది. వీరభద్రరావుని బిత్తరపోయి చూస్తోంది.

"మీనాక్షి! నిన్ను హింసించడం నాకు యిష్టంలేదు. నిజానికి ఎవర్నీ హింసించడం నాకు ఇష్టంలేదు. తప్పనిసరి అయితేగాని హింసించను. ఇప్పుడైనా నిజం చెప్పెయ్యి" అన్నాడు వీరభద్రరావు మీనాక్షి కళ్ళల్లోకి సూటిగా చూస్తూ.

మీనాక్షి కళ్ళు తిప్పెయ్యడానికి ప్రయత్నించింది. కాని తిప్పలేకపోయింది.

వీరభద్రరావు స్పిరిట్ ల్యాంప్ వెలిగించి రెండు సూదులూ మంటమీద పెట్టి ఎర్రగా కాల్చాడు. రెండూ రెండు చేతుల్లో పట్టుకుని మీనాక్షి చెంపల దగ్గిర పెట్టాడు.

"ఊ చెప్పు! చెపుతావా, చెప్పవా?" అంటూ వురిమి చూశాడు.

మీనాక్షి తల వంచుకుంది.

"తల పైకెత్తి యీ సూదులు చూడు. నువ్వు నిజం చెప్పితే నిన్నేం చెయ్యను. నువ్వు దోషివని తెలిసినా ఏం చెయ్యను. నా కొడుకుని వదిలిపెడుతున్నారు. నాకు కావలసింది అంతే. నువ్వెట్లాపోతే నాకేం!"

మీనాక్షి కళ్ళల్లో నీళ్ళు నిండాయి. "మీరు నన్ను చంపేస్తారు" అన్నది ఏడుస్తూ.

"పిచ్చిదానా! ఎందుకు చంపుతాను? శిరీష్‌ని వదిలిపెడుతున్నారుగా."

"అయితే రికార్డ్ చెయ్యడం దేనికి?" ఏడుస్తూనే అడిగింది మీనాక్షి.

"నువ్వు తర్వాత అబద్ధం చెప్పకుండా వుండేందుకు."

మీనాక్షి దుఃఖం దిగమింగి, పెదిమలు తడిచేసుకుని, గొంతు సవరించుకుని ఏదో చెప్పబోయింది. వీరభద్రరావు మనస్సంతా లగ్నం చేసి ఆమెను చూస్తున్నాడు.

35

గల్లుమని చప్పుడయింది, గొలుసు ఊడిపోయింది. యుగంధర్ తలుపు తోశాడు. తెరుచుకుంది. జేబురుమాలుతో నుదుటిమీద చెమట తుడుచుకుని, చేత్తో వేళ్ళు నలుపుకుని, బరువుగా వూపిరి పీల్చి "పదండి" అన్నాడు యిన్‌స్పెక్టర్‌తో.

"మన దగ్గిర ఆయుధాలేమీ లేవే" అన్నాడు స్వరాజ్యరావు.

యుగంధర్ నవ్వి "యివి చాలు" అని రెండుచేతులూ చూపించి, గదిలోంచి బయటికి వెళ్లాడు.

"రాజూ, శివం బంధింపబడిన గది ఇదేననుకుంటాను" అన్నాడు స్వరాజ్యరావు.

తలుపుకి తాళం చెవి తగిలించి వుంది.

"జాగ్రత్త" అని హెచ్చరించాడు యుగంధర్.

చప్పుడు కాకుండా తాళం చెవి తిప్పాడు ఇన్‌స్పెక్టర్. క్లిక్‌మన్నది. నెమ్మదిగా తలుపు తోశాడు. సార్జెంట్ శివం మొహం కనిపించగానే నోటిమీద వేలు పెట్టుకుని చప్పుడు చెయ్యవద్దని హెచ్చరించాడు.

రాజు యుగంధర్నీ, స్వరాజ్యరావునీ చూడగానే చటుక్కున పక్కకు తిరిగి ఆ ముసలిదాని నోటిమీద అరచెయ్యి పెట్టి గట్టిగా నొక్కివుంచాడు. ముసలిది గిలగిల తన్నుకోవడం ప్రారంభించింది. సార్జంట్ జేబులోంచి రుమాలు తీసి ఆమెనోట్లో కుక్కి గుడ్డపీలికతో నోరు గట్టిగా కట్టేశాడు.

"గుడ్! ఆ ముసలిది అరిచివుంటే ప్రమాదమయ్యేది" అన్నాడు యుగంధర్ రహస్యంగా.

రాజు సంతోషం పట్టలేకుండా వున్నాడు. తను విముక్తి కావడమేకాక యుగంధర్ కూడా తప్పించుకున్నాడు. అంతకన్నా ఏంకావాలి!

"ఈ యింట్లో ఎన్నిగదులు వున్నాయో, యెక్కడ ఏ గది వున్నదో తెలుసా?" అడిగాడు యుగంధర్.

తెలియదని రాజు తలతిప్పాడు.

"ఆ ముసలిదాన్ని కదలకుండా కట్టెయ్యండి" చెప్పాడు యుగంధర్.

రాజు, శివం కలిసి ఆ పని చేశారు.

"తరవాత?" అడిగాడు రాజు.

"పదండి" చెప్పాడు యుగంధర్.

అడుగులో అడుగు వేసుకుంటూ చప్పుడు కాకుండా ఒకళ్ళ వెనక ఒకళ్ళు నడిచారు. నడవా చివరవరకూ వెళ్ళాక ఒక గదిలోంచి మాటలు వినిపించాయి. యుగంధర్ తలుపుకి చెవి ఆనించి విన్నాడు. తను విన్నదానిని బట్టి మాట్లాడుతున్నది మీనాక్షి అని తెలుసుకున్నాడు. తలుపు నెమ్మదిగా తోశాడు. చిన్నసందు ఏర్పడింది రెండు రెక్కల మధ్యా. ఆ సందులోంచి చూశాడు. మీనాక్షిముందు టేప్‌రికార్డర్, ఎదురుగా కుర్చీలో వీరభద్రరావు కనిపించారు. రికార్డ్‌లో టేప్ తిరుగుతోంది. "శేషాద్రి అంటే నాకు ఏ మాత్రం యిష్టంలేదు. అతనంటే పరమ అసహ్యం. కాని ఏం చెయ్యను! అతనికి నా రహస్యం తెలుసు. నేను స్కూలు ఫైనల్ చదువుతుండగా అతనితో స్నేహం అయింది. మంచీ చెడ్డా తెలియని వయస్సు. లోకజ్ఞానం అసలే లేదు. శేషాద్రి రూపం చూసి మురిసిపోయాను. అతని మాటలు విని మోసపోయాను. నాన్నగారికి తెలిసి అతన్ని పెళ్ళి చేసుకోడానికి వీల్లేదన్నారు. ఆలోచించాను. బీదవాడు. ఆజన్మాంతమూ అతనితో దారిద్ర్యం అనుభవించడం ఇష్టం లేకపోయింది. అతనిమీద మోజు పోయింది. కడుపు తీయించేశారు. తరవాత

శిరీష్‌తో స్నేహం అయింది. శిరీష్‌ని పెళ్లి చేసుకోవాలనుకున్నాను. ఆ విషయం శేషాద్రి గ్రహించాడు. నేను రాసిన ఉత్తరాలు అతని దగ్గిర వున్నాయి. శిరీష్‌కి చూపిస్తాననీ, నా రహస్యం బట్టబయలు చేసి అసలు పెళ్ళి కాకుండా చేస్తాననీ నన్ను బెదిరించాడు. ఏం చెయ్యడానికీ తోచలేదు. నిజం శిరీష్‌కి తెలియ కూడదు. అందుకే శిరీష్‌కన్నా శేషాద్రిమీద ఇష్టం వున్నట్లు నటించాను. రాత్రి నన్ను తనగదికి రమ్మన్నాడు శేషాద్రి. ఎందుకో చెప్పలేదు. వెళ్ళాను. పూర్వం వున్న చనువుకొద్దీ నన్ను బలవంతం చెయ్యబోయాడు. నన్ను ముట్టుకోవద్దని చెప్పాను. అతను వినిపించుకోలేదు. వెకిలిగా నవ్వి నా జీవితం తన అరచేతిలో వున్నదనీ, తను చెప్పినట్టు వినక తప్పదనీ అన్నాడు. అతన్ని చంపాలని అప్పుడు నిశ్చయించుకుని లొంగిపోతున్నట్లు నటించాను. దీపం ఆర్పివేయగానే అలమారులో వున్న కత్తి తీసుకుని బలంగా పొడిచాను" చెప్పింది మీనాక్షి.

"ఆ కత్తి నేం చేశావు?" అడిగాడు వీరభద్రరావు.

"నా దగ్గిరే వుంది. మా యింట్లో దాచాను."

"ఇంట్లో ఎక్కడ దాచావు?"

"పూజగదిలో. కృష్ణ విగ్రహం వెనక."

"ఆ రాత్రి నువ్వు ఇంటికి ఎన్ని గంటలకి వెళ్ళావు?"

"చాలా ఆలస్యంగా వెళ్ళాను."

"నువ్వు తొమ్మిది గంటలకే యింటికి వచ్చావని మీ నాన్న, మీవాళ్ళు అబద్ధం చెప్పారన్న మాట."

"అవును."

"నువ్వు శేషాద్రిని హత్య చేశావని మీ నాన్నకి తెలుసా?"

"తెలియదు. నాన్నగారు అడిగారు. అబద్ధం చెప్పాను. నన్ను కాపాడడానికి ఆయనా అబద్ధం చెప్పారు."

"థాంక్స్ మీనాక్షీ! శేషాద్రిని హత్య చేసినందుకు నిన్నేమనను. అటువంటి నీచుడు చావవలసిందే! రేపు నిన్నూ, పద్మప్రియనీ, రాధనీ, యుగంధర్-రాజులనీ, ఇన్‌స్పెక్టర్ స్వరాజ్యరావునీ, సార్జంట్ శివంనీ విడిచిపెట్టే ఏర్పాటు చేస్తాను రేపు సాయంత్రం" చెప్పాడు వీరభద్రరావు.

"మీరు?" అడిగింది మీనాక్షి.

"రేపు పొద్దున్నే వెళ్లిపోతాను. ఆ ముసలిది మిమ్మల్ని వొదిలిపెడుతుంది."

వీరభద్రరావు వీపు తలుపువేపు వుంది. మీనాక్షి యుగంధర్ని చూసి ఆశ్చర్యంతో నోరు తెరిచింది. వీరభద్రరావు చటుక్కున వెనక్కి తిరిగాడు. అతను జేబులో చెయ్యి పెట్టబోతుండగా యుగంధర్ ఒక్క వురుకు వురికి వీరభద్రరావుని రెండుచేతుల మధ్యా బంధించాడు.

వీరభద్రరావు గింజుకోలేదు. రాజునీ, ఇన్‌స్పెక్టర్నీ, సార్జంట్‌నీ చూశాడు. అపజయం గ్రహించి చిన్నగా నవ్వుతూ "మీరే గెలిచారు" అన్నాడు యుగంధర్‌తో.

ఇన్‌స్పెక్టర్ వీరభద్రరావు జేబులు వెతికి పిస్తోలు తీసుకున్నాడు. తర్వాత తాళ్లతో అతని చేతులు కట్టేశాడు.

"ఇన్‌స్పెక్టర్! హెడ్‌క్వార్టర్స్‌కి ఫోన్ చెయ్యండి" చెప్పాడు యుగంధర్.

"కింద హాల్లో వుంది టెలిఫోన్" అన్నాడు వీరభద్రరావు.

ఇన్‌స్పెక్టర్ వెళ్ళిపోయాడు.

"యుగంధర్! శిరీష్ నిర్దోషి. మీనాక్షి జరిగింది అంతా చెప్పేసింది. ఆ టేప్‌రికార్డర్ వెనక్కి తిప్పండి" అన్నాడు వీరభద్రరావు.

"అవసరంలేదు. అంతా విన్నాను."

"అయితే శిరీష్‌ని వొదిలిపెట్టిస్తారా?"

"అది నా చేతిలో లేదు. శిరీష్ నిర్దోషి అయితే ప్రభుత్వం అతన్ని వదిలేస్తుంది. మీరు చేసిన హత్యలకి కారణం అతనయినా బాధ్యుడు కాడుగా."

"థాంక్స్ యుగంధర్! నిర్దోషి అని తెలిశాక వాణ్ని ఒక క్షణంకూడా జైలులో వుంచడానికి మీరు ఒప్పుకోరని నాకు తెలుసు. శిరీష్‌ని వొదిలిపెడితే చాలు. అంతే నాకు కావలసింది. నేను పడ్డ శ్రమ వృధా కాలేదన్న తృప్తి వుంటుంది నాకు. నన్ను ఉరితీస్తే తియ్యనివ్వండి. నాకు విచారం లేదు. నేను సాధించదలుచుకున్నది సాధించాననే తృప్తితో ఉరికంబం ఎక్కుతాను" అన్నాడు వీరభద్రరావు.

"వీరభద్రరావుగారూ! మీరు విద్యావంతులు. సంస్కారం, వివేకం వుండవలసిన వాళ్ళు. మీరు యీ ఘోరాలు చెయ్యడం ఎంత తప్పో యిప్పుడన్న మాటకూడా అంత తప్పు" అన్నాడు యుగంధర్.

వీరభద్రరావేగాక రాజు, స్వరాజ్యరావు కూడా యుగంధర్ని ఆశ్చర్యంతో చూశారు.

"ఏదో సాధించాననే తృప్తి ఎలా వుంటుంది మీకు? ఏమిటా తృప్తి! తమ వృత్తి ధర్మం చక్కగా నిర్వహించి సజ్జనులుగా పేరు తెచ్చుకున్న రిటైర్డ్ సూపరింటెండెంట్ మాధవన్‌ని, ప్రాసిక్యూటర్ గోవిందస్వామినీ హత్య చెయ్యడమా తృప్తి! లేక నాలుగేళ్ళ పిల్లని, పద్ధెనిమిదేళ్ళ యువతినీ ఎత్తుకు రావడమా తృప్తి! ఏమిటా తృప్తి!" అడిగాడు యుగంధర్ కోపంగా.

వీరభద్రరావు తలవంచుకుని "శిరీష్‌మీద అన్యాయంగా మోపబడిన నేరం, విధింపబడిన శిక్ష రద్దు చేయించగలిగినందుకు తృప్తి" అన్నాడు నెమ్మదిగా.

"ఈ ఘోరాలు, యీ హత్యలు, యీ హింసలు చెయ్యకుండా అప్పుడే నన్ను కలుసుకుని వుంటే శిరీష్ నిర్దోషిత్వం ఎందుకు రుజువు చెయ్యలేకపోయే వాళ్ళం! మీరు లాయర్. ఎన్నో సంవత్సరాలు కోర్టులలో ప్రాక్టీసు చేశారు. మన కోర్టులో న్యాయం జరిగేదీ లేనిదీ మీకు తెలియదా?" అడిగాడు యుగంధర్.

"అప్పీలులో కేసు పోయేటప్పటికి యిక నాకు ఆశ లేకపోయింది."

"అయితే యిప్పుడు శిరీష్‌ని వొదిలిపెడతారని ఎలా ఆశపడుతున్నారు?"

"మీనాక్షి తను హత్య చేసినట్లు అంగీకరించిందిగా!"

యుగంధర్ వీరభద్రరావుని సూటిగా కళ్ళల్లోకి చూస్తూ "మీరు చేసిన హత్యలవల్లే మీనాక్షి నేరం ఒప్పుకుందా?" అడిగాడు.

"లేదనుకోండి."

"సాధించదలుచుకున్న పని మంచిదైతే కావచ్చు. అందుకు అవలంబించే మార్గాల గురించి ఆలోచించాలి. ఉత్తమోత్తమ లక్ష్యం అయినా దుష్ట మార్గాల ద్వారా సాధిస్తే సాధించిన ఫలితం వుండదు" అన్నాడు యుగంధర్.

వీరభద్రరావు కళ్ళల్లో నీళ్ళు నిండాయి. కోటుతో కళ్ళు తుడుచుకుంటూ "అవును యుగంధర్‌గారు! ఇప్పుడు అర్థమైంది. నేను తప్పు చేశాను. యీ హింస, యీ దౌర్జన్యం, యీ హత్యలు చేసి వుండవలసిన అవసరంలేదు. మీ సహకారం కోరినట్లయితే శిరీష్‌ని వొదిలిపెట్టేందుకు ప్రయత్నించి వుండేవారు. నా మాట నమ్మండి. నే చేసిన దుష్కార్యాలకి పరితపిస్తున్నాను" అన్నాడు.

"ఎంత తెలివైనవాళ్ళు కూడా, వివేకం వున్నవాళ్ళు కూడా ఒక్కొక్క సందర్భంలో చెయ్యకూడని పనులు చేసి తరువాత పరితపిస్తారు. అదే వచ్చిన చిక్కు" అని "రాధ, పద్మప్రియ ఎక్కడున్నారు?" అడిగాడు యుగంధర్.

"కుడివైపున వున్న రెండో గదిలో క్షేమంగా వున్నారు."

"ట్రంక్‌పెట్టెలో పెట్టి నాకు పంపిన శవం ఎవరిది?"

"ఎవరో అనామకురాలు. నేను చంపలేదు. కారు ఆక్సిడెంట్‌లో పోయింది. శవాన్ని ఎవరూ గుర్తుపట్టలేదు. నా కూతురు అని చెప్పి శవాన్ని తెచ్చుకున్నాను."

"ఆ ముసలిది ఎవరు?"

"డబ్బుకోసం నే చెప్పిన పనులన్నీ చేసింది. పాపం! క్షమించండి దాన్ని. అది దేనికీ బాధ్యురాలు కాదు. తప్పు చేస్తున్నానని దానికి తెలియనే తెలియదు" అన్నాడు వీరభద్రరావు.

అంతలో పోలీస్ వ్యాన్ వచ్చింది. ఎ.సి. ఇద్దరు కానిస్టేబుల్స్‌తో లోపలికి వచ్చాడు.

"ఇతడే హంతకుడు. తీసుకువెళ్ళండి" చెప్పాడు యుగంధర్.

"యుగంధర్! మెనీథాంక్స్. గవర్నర్ బంగళాలో పార్టీ ఏర్పాటు చేస్తున్నారు. మిమ్మల్నందర్నీ రమ్మన్నారు" అనిచెప్పి వీరభద్రరావుని తీసుకురమ్మని కానిస్టేబుల్స్‌కి చెప్పాడు ఏ.సి.

వీరభద్రరావు లేచి నిలబడి యుగంధర్‌వేపు చూసి "యుగంధర్! మీరు చెప్పినది నిజం. లక్ష్యం మంచిదైనా దాన్ని సాధించడానికి చెడ్డమార్గాలు అవలంబిస్తే ఫలితం దక్కదు. నా కొడుకు విడుదల కావడం చూసే ప్రాప్తి నాకు లేకుండా పోయింది. సెలవు" అని కానిస్టేబుల్స్‌తో వెళ్ళిపోయాడు.

అయిపోయింది